ಚಿ. ಶ್ರೀನಿವಾಸರಾಜು ಕಾವ್ಯ ಪ್ರಶಸ್ತಿ ಪಡೆದ ಕೃತಿ

ಪ್ಯೂಪಾ

ಕವಿತೆಗಳು

ಶಶಿ ತರೀಕೆರೆ

ನನ್ನ ಒಂದು ಕಂಬನಿಯಲ್ಲಿ
ಅಕ್ಷಾಂಶ ರೇಖಾಂಶ
ಹುಡುಕಿ ತಡುಕಿ
ಸೋತೆಯಾ ಹುಡುಗಾ..!
ಬಾ ನನ್ನ ಕಣ್ಣೊಳಗೆ
ಕಳೆದು ಹೋಗುವೆ ಮೆಲ್ಲಗೆ

ಅಲರು ಪುಸ್ತಕ

ಪ್ಯೂಪಾ
ಶಶಿ ತರೀಕೆರೆ ಅವರ ಕನ್ನಡ ಕವಿತೆಗಳ ಸಂಕಲನ

ಪ್ರಕಾಶಕರು: **ಅಲರು ಪುಸ್ತಕ**
ಬಿ–304, ಡಾಸ್ ಹೌಸಿಂಗ್ ಕಾಲೋನಿ,
ಮರುಧರ್ ಮೆಡಿಕಲ್ಸ್ ಎದುರು,
ವಿಜಯನಗರ ಕ್ಲಬ್ ಹತ್ತಿರ,
ವಿಜಯನಗರ, ಬೆಂಗಳೂರು–560 104

ISBN: 978-93-340-4557-4
ಮೊದಲ ಮುದ್ರಣ: 2024

ಮುಖಪುಟ: ಶ್ವೇತಾ ಆಡುಕಳ
ಚಿತ್ರಗಳು: ಶಶಿ ತರೀಕೆರೆ
ಪುಟ ವಿನ್ಯಾಸ: ಶಶಿ ತರೀಕೆರೆ
ಕರಡು ತಿದ್ದುವಿಕೆ: ಪುನರ್ವಸು
ಪುಟಗಳು: 124
ಕಾಗದ: 1/8 ಡೆಮಿ, 70 ಜಿಎಸ್‌ಎಮ್, ಸ್ಟೋರ ಕ್ರೀಮಿ

ಬೆಲೆ: 150

ಪ್ರತಿಗಳಿಗಾಗಿ ಸಂಪರ್ಕಿಸಿ :
ಮಿಂಚೆ: shashitarikere1990@gmail.com
ಮೋ: 97319 93303
ಮುದ್ರಣ: ಟ್ರಿನಿಟಿ ಪ್ರಿಂಟರ್ಸ್, ಬೆಂಗಳೂರು

Puepa
Collection of Kannada poems by Shashi Tarikere

Published by
Alaru Pustaka
B- 304, DOS Housing Colony,
Opps to Marudhar Medicals,
Near Vijayanagara Club, Vijayanagara
Bengaluru-560 104

ISBN: 978-93-340-4557-4
First Print: 2024

Cover Page: Shwetha Adukala
Illustarations: Shashi Tarikere
Page Layout: Shashi Tarikere
Proofing: Punarvasu

Pages: 124
Paper: 1/8 Demy, 70 GSM,
Stora Creamy

Price: Rs 150

For Copies
Call: 97319 93303
Email: shashitarikere1990@gmail.com
Prints by:
Trinity Printers, Bengaluru

ಶಶಿ ತರೀಕೆರೆ

ಮೂಲತಃ ಚಿಕ್ಕಮಗಳೂರು ಜಿಲ್ಲೆಯ ತರೀಕೆರೆಯವರಾದ ಶಶಿ, ಜನಿಸಿದ್ದು ಜನವರಿ 07, 1990 ರಲ್ಲಿ. ಸದ್ಯಕ್ಕೆ ಬೆಂಗಳೂರಿನ ಇಸ್ರೋದಲ್ಲಿ ಟೆಕ್ನಿಷಿಯನ್ ಆಗಿ ಉದ್ಯೋಗ ಮಾಡುತ್ತಿದ್ದಾರೆ. ಕವಿತೆ, ಕತೆ, ಕಿರುಚಿತ್ರ ನಿರ್ಮಾಣ ಮತ್ತು ನಿರ್ದೇಶನ ಇವರ ಹವ್ಯಾಸಗಳಾಗಿವೆ. ಸಂಯುಕ್ತ ಕರ್ನಾಟಕ, ಕನ್ನಡಪ್ರಭ, ಪ್ರಜಾವಾಣಿ ಮತ್ತು ಹಲವು ದಿನಪತ್ರಿಕೆಗಳಲ್ಲಿ ಮಯೂರ, ಮಂಗಳ, ತರಂಗ, ಇನ್ನಿತರೆ ನಿಯತಕಾಲಿಕೆಗಳಲ್ಲಿ ಇವರ **ಪ್ರಬಂಧ, ಕವಿತೆಗಳು** ಪ್ರಕಟವಾಗಿವೆ. "**ಡುಮಿಂಗ**" ಇವರ ಮೊದಲ ಕಥಾ ಸಂಕಲನ. ಇದಕ್ಕೆ 2019 ನೇ ಸಾಲಿನ **ಛಂದ ಪುಸ್ತಕ ಬಹುಮಾನ, ಬಸವರಾಜ ಕಟ್ಟೀಮನಿ ಯುವ ಪುರಸ್ಕಾರ, ಶಾ ಬಾಲುರಾವ್ ಯುವ ಪುರಸ್ಕಾರ, ಟೋಟೋ ಸೃಜನಶೀಲ ಬರಹಗಾರ ಪ್ರಶಸ್ತಿ, ಕನ್ನಡ ಸಾಹಿತ್ಯ ಪರಿಷತ್ತು ನೀಡುವ ದತ್ತಿ ಪುರಸ್ಕಾರ** ಇನ್ನೂ ಹಲವು ಪ್ರಶಸ್ತಿಗಳು ಸಂದಿವೆ.

"**ತಿರಾಮಿಸು**" ಎಂಬ ಎರಡನೆಯ ಕಥಾ ಸಂಕಲನ ಇತ್ತೀಚೆಗೆ (ಏಪ್ರಿಲ್ ಎರಡು, 2023) ಛಂದ ಪುಸ್ತಕದ ಮೂಲಕ ಬಿಡುಗಡೆಗೊಂಡು ಸಾಕಷ್ಟು ವಿಮರ್ಶೆ, ಪ್ರಶಂಸೆ ವ್ಯಕ್ತವಾಗುತ್ತಿದೆ.

"**ಪ್ಯೂಪಾ**" ಇವರ ಮೊದಲ ಕವನ ಸಂಕಲನ, ಇದರ ಹಸ್ತಪ್ರತಿಗೆ 2024ರ ಸಾಲಿನ "**ಚಿ. ಶ್ರೀನಿವಾಸರಾಜು ಕಾವ್ಯ ಪ್ರಶಸ್ತಿ**" ದೊರೆತಿದೆ. ಇದೇ ಕವನ ಸಂಕಲನವನ್ನು ನೀವು ಓದುತ್ತಿದೀರಿ.

Shashitarikere1990@gmail.com
9731993303

ಪ್ಯೂಪಾ: ಮೆಲುನುಡಿಯ ಮಾರ್ದನಿ

'ಚಿ.ಶ್ರೀನಿವಾಸರಾಜು ಕಾವ್ಯ ಪ್ರಶಸ್ತಿ'ಯ ಅಂತಿಮ ಸುತ್ತಿಗೆ ಐದು ಹಸ್ತಪ್ರತಿಗಳನ್ನು ಆರಿಸಿ ಕಳುಹಿಸಿಕೊಡಲಾಗಿತ್ತು. ಅದರಲ್ಲಿ ಶಶಿ ತರೀಕೆರೆ ಅವರ **'ಪ್ಯೂಪಾ'** ಕೂಡ ಒಂದು. ಎಲ್ಲ ಹಸ್ತಪ್ರತಿಗಳನ್ನು ಹಲವು ಸುತ್ತುಗಳಲ್ಲಿ ತಿರುವಿ ಓದಿದ ನಂತರ ಮನಸ್ಸು 'ಪ್ಯೂಪಾ'ದೊಳಗೆ ನಿಂತಿತು. ಉಳಿದ ಹಸ್ತಪ್ರತಿಗಳಲ್ಲಿಯೂ ಗಟ್ಟಿ ಕವಿತೆಗಳಿದ್ದವು. ಆದರೆ ಒಂದು ಕೃತಿಯಾಗಿ ನೋಡಿದಾಗ ಅವುಗಳಲ್ಲಿ ಹೆಚ್ಚಿನ ಕವಿತೆಗಳ ಬಂಧ ಬಿಗಿಯಾಗಿರಲಿಲ್ಲ. ಕೆಲವು ಕವಿತೆಗಳು ಪರಿಷ್ಕರಣೆಗೊಳ್ಳದೆ ಜಾಳಾದ ಹಸ್ತಪ್ರತಿಗಳಾಗಿದ್ದವು. ವಾಚ್ಯತೆ ಮತ್ತು ವಾಚಾಳಿತನ ಅವುಗಳ ಸಮಸ್ಯೆಯಾಗಿತ್ತು. ವಿಚಾರ ಇಲ್ಲವೇ ಭಾವನೆಗಳನ್ನು ರೂಪಕವಾಗಿಸುವಲ್ಲಿ ಕೊಂಚ ಎಚ್ಚರ ತಪ್ಪಿದ ಇಲ್ಲವೇ ಆತುರ ತೋರಿದ ಕಾರಣಕ್ಕೆ ಅವು ಹಿಂದೆ ಬಿದ್ದವು. ವಿಚಾರಗಳನ್ನು ಸಾಂದ್ರ ಮತ್ತು ಬಿಗಿಯಾಗಿ ಹೇಳಬಹುದಾದ ಕಡೆಗೆ ಹೆಚ್ಚು ವಿವರಗಳು ಸೇರಿಕೊಂಡು ಕಾವ್ಯದ ತೀವ್ರತೆಯನ್ನು ಕಡಿಮೆ ಮಾಡಿದ್ದವು. ಇಲ್ಲವಾದಲ್ಲಿ ಅವುಗಳಿಗೂ ಪ್ರಶಸ್ತಿ ಗಳಿಸಿಕೊಳ್ಳುವ ಸಾಮರ್ಥ್ಯವಿತ್ತು.

ಅಂದರೆ ಶಶಿಯವರ ಕವಿತೆಗಳು ಉಳಿದವರಂತೆ ವಾಚ್ಯವಾಗದೆ ಓದುಗರ ಜೊತೆಗೆ ನಿಧಾನವಾಗಿ ಕಾವ್ಯಸಂವಾದ ನಡೆಸುವ ಕಾರಣಕ್ಕೆ ಆಯ್ಕೆಯಾಗಿವೆ. ಇಲ್ಲಿನ ಕವಿತೆಗಳು ಹೆಚ್ಚು ಉದ್ಘೋಷ ಮಾಡದೆ ಮೆದುಮಾತಿನಲ್ಲಿ ಸಂವಾದ ನಡೆಸುತ್ತವೆ. ಕಾವ್ಯದ ಬಂಧ ಉಳಿದ ಸಂಕಲನಗಳಿಗಿಂತ ಹೆಚ್ಚು ಉತ್ತಮವಾಗಿದೆ. ಇಲ್ಲಿನ ಕವಿತೆಗಳಲ್ಲಿ ದೊಡ್ಡ ದರ್ಶನ ನೀಡುವ ಮಹತ್ವಾಕಾಂಕ್ಷೆ ಕಾಣದಿದ್ದರೂ ವೈಯಕ್ತಿಕ ಅನುಭವವನ್ನು ಸಂಯಮದಿಂದ ಮಂಡಿಸಿರುವುದು ಈ ಸಂಕಲನದ ಹೆಚ್ಚುಗಾರಿಕೆ. ಕಾವ್ಯಲಯದ ನಾಡಿ ಹಿಡಿದು ಕವಿತೆಗಳಿಗೆ ಬಂಧವೊಂದನ್ನು ರೂಪಿಸಿಕೊಳ್ಳಲು ಯತ್ನಿಸಲಾಗಿದೆ. ಎತ್ತುಗೆಗೆ ಇಲ್ಲಿನ 'ಅನುವಾದಕ' ಎಂಬ ಕವಿತೆ. ವ್ಯಕ್ತಿಯ ಒಳಗೇ ಇರಬಹುದಾದ ಧನಾತ್ಮಕ ಚಿಂತನೆಯ ದೃಷ್ಟಿ ಲೋಕವನ್ನು ಹೇಗೆ ಗ್ರಹಿಸುತ್ತದೆ ಎಂಬುದನ್ನು ನವಿರಾಗಿ ಮಂಡಿಸಲಾಗಿದೆ. ಈ ದೃಷ್ಟಿಕೋನ ಕವಿತೆಯನ್ನು ಓದತೊಡಗಿದಂತೆ ಅದು ನಮ್ಮೊಳಗೆ ಆಲೋಚನೆಯೊಂದನ್ನು ಹುಟ್ಟಿ ಹಾಕುತ್ತದೆ.

ನನಗೊಬ್ಬ ಅನುವಾದಕ ಸಿಕ್ಕಿದ್ದಾನೆ
ನೋವನ್ನು ಖುಷಿ ಅಂತಲೂ
ಅವಸಾನವನ್ನು ಸುಖಾಸನ ಅಂತಲೂ
ಕೊಳಕನ್ನು ಪರಿಶುದ್ಧ ಅಂತಲೂ
ನನಗೆ ಬೇಕೆಂದ ರೀತಿಯಲ್ಲಿ
ಎಲ್ಲವನ್ನೂ ಎಲ್ಲಾ ರೀತಿ ಅನುವಾದ
ಮಾಡಿಕೊಡುತ್ತಾನೆ.

ಈ ಸಾಲುಗಳಲ್ಲಿ ಪಾಸಿಟಿವ್ ಆದ ನೋಟದ ಧ್ವನಿಯೂ ಇದೆ. ಹಾಗೆಯೇ ಕೆಟ್ಟದ್ದಕ್ಕೆ ಒಳ್ಳೆಯದರ ಕೋಟು ತೊಡಿಸಿ ನಿಜವನ್ನು ಮರೆಮಾಚುವುದರ ವಂಚನೆಯ ವಿಡಂಬನೆಯೂ ನಿಚ್ಚಳವಾಗಿ ಕಾಣಿಸುತ್ತದೆ. ಇಂದಿನ ಆಳುವ ವರ್ಗಗಳ ಭಾಷೆ ಎರಡನೆಯ ದಾರಿಯನ್ನು ಆರಿಸಿಕೊಂಡು ಅವ್ಯವಸ್ಥೆಯನ್ನೇ ಸುವ್ಯವಸ್ಥೆ ಎಂದು ವಾದಿಸುತ್ತಿದೆ. ಅಂದರೆ ಕವಿತೆಯಲ್ಲಿ ಪಾಸಿಟಿವಿಟಿಯ ಬಗೆಗೆ ಸೂಚನೆ ಇದೆ. ಆದರೆ ಅದೇ ಕವಿತೆ ನಿಜವನ್ನು ತಿರುಚುವುದರ ಮರೆಮೋಸವನ್ನು ಧ್ವನಿಸುತ್ತದೆ. ಈ ಕಾರಣಕ್ಕಾಗಿಯೇ ಈ ಕವಿತೆ ಮುಖ್ಯವೆನ್ನಿಸುತ್ತದೆ. ಹಾಗೆಯೇ ಮತ್ತೊಂದು ಕವಿತೆ 'ಒದ್ದೆಯಾದ ಕಾವಲಿ'. ಇದರಲ್ಲಿನ ಕೆಲವು ಸಾಲುಗಳು ವಾಚ್ಯತೆಯಲ್ಲಿಯೇ ಅರ್ಥದ ಧ್ವನಿಯೊಂದು ತಣ್ಣಗೆ ಇರಿಯುತ್ತದೆ.

ನಾವು ಪ್ರತಿಮೆಗಳನ್ನು ಆರಾಧಿಸುತ್ತಾ
ರಸ್ತೆಯಲ್ಲಿ ಮೂರ್ಛೆ ಹೋದವರು
ಸೂತ್ರಗಳನ್ನು ಮೆಚ್ಚುತ್ತಾ
ಸಿದ್ಧಸೂತ್ರಗಳಿಗೆ ನೇಣು ಹಾಕಿಕೊಂಡವರು

ಈ ಸಾಲುಗಳು ವರ್ತಮಾನದ ಮಂದಿರ ಮತ್ತು ಪ್ರತಿಮಾ ರಾಜಕಾರಣವನ್ನು ವಿಡಂಬಿಸುತ್ತವೆ. ಅಲ್ಲದೆ ಭ್ರಮೆಯಲ್ಲಿ ಮುಳುಗಿ ನಿಜ ಸಾಧ್ಯತೆ ಮತ್ತು ಅವಕಾಶಗಳನ್ನು ಕೈಚೆಲ್ಲಿ ಆತ್ಮವಂಚನೆಗೆ ಒಳಗಾಗುವ ಬಗೆಗೆ ಕವಿತೆ ಚಾಟಿ ಬೀಸುತ್ತದೆ. ಅಲ್ಲದೆ ಈ ಕವಿತೆ ಲೋಕಕ್ಕೆ ನೀತಿ ಬೋಧನೆ ಮಾಡದೆ ಅದು ತಮ್ಮೊಳಗೆ ನಡೆಸಿಕೊಳ್ಳುವ ಆತ್ಮಸಂವಾದ ಮತ್ತು ಸ್ವವಿಮರ್ಶೆ ಮುಖ್ಯವೆನ್ನಿಸುತ್ತದೆ.

ಇಂದಿನ ಹೆಚ್ಚಿನ ಕವಿತೆಗಳಲ್ಲಿ ಲೋಕಕ್ಕೆ ನೀತಿ ಬೋಧಿಸುವುದೇ ಢಾಳಾಗಿ ಕಾಣಿಸುತ್ತದೆ. ಆದರೆ ಕವಿ ಇಲ್ಲವೇ ಕಾವ್ಯದ ಕೇಂದ್ರ ಪಾತ್ರಗಳು ತಮ್ಮೊಳಗೆ ಸಂವಾದ ನಡೆಸಿ ಸ್ವವಿಮರ್ಶೆ ಮಾಡಿಕೊಂಡು ತಮ್ಮನ್ನು ತಾವು ಶುದ್ಧಗೊಳಿಸಿಕೊಳ್ಳಲು ಯತ್ನಿಸುವುದಿಲ್ಲ. ಹಾಗಾಗಿಯೇ ಇಂದಿನ ಕಾವ್ಯದಲ್ಲಿನ ನೀತಿ ಬೋಧೆಗೆ ನೈತಿಕ ಬಲವಿರುವುದಿಲ್ಲ. ಮತ್ತು ಅದು ಪ್ರಾಮಾಣಿಕವಾದುದು ಎನ್ನಿಸುವುದಿಲ್ಲ. ನಾಳಿನ ಕನ್ನಡ ಕಾವ್ಯವು ಇಂತಹ ಆತ್ಮಶೋಧದ ಬಗೆಗೆ ಹೆಚ್ಚು ತಲೆ ಕೆಡಿಸಿಕೊಳ್ಳಬೇಕಾದ ಆ ಬಗೆಯ ರಚನೆಗಳನ್ನು ಹೆಚ್ಚು ಮಾಡಬೇಕಾದ ಅಗತ್ಯವಿದೆ. ಆಗ ಮಾತ್ರವೇ ನಡೆ-ನುಡಿಗಳು ಒಂದಾಗಿ ಮಾತಿಗೆ ಅರ್ಥ ಪ್ರಾಪ್ತವಾಗುವುದು. 'ಒದ್ದೆಯಾದ ಕಾವಲಿ' ಎಂಬ ಇಡೀ ಕವಿತೆ ಮನುಷ್ಯರಲ್ಲಿ ವೈರುಧ್ಯಗಳನ್ನು ಅವರೊಳಗಿನ ಬಿರುಕುಗಳನ್ನು ಬಹಳ ತಣ್ಣಗೆ ಎತ್ತಿ ತೋರಿಸುತ್ತದೆ. ಇಂದಿನ ಮಧ್ಯಮ ವರ್ಗದ ಜನರ ಆತ್ಮವಂಚನೆ ಮತ್ತು ಭ್ರಮಾತ್ಮಕ ಜೀವನದ ಟೊಳ್ಳುತನವನ್ನು ಬಹಳ ಪರಿಣಾಮಕಾರಿಯಾಗಿ ಕಟ್ಟಿಕೊಡುತ್ತದೆ. ಈ ಸಂಕಲನದ ಮತ್ತೊಂದು ಕವಿತೆ 'ಪಾಪಿ ನಾಲಿಗೆ'ಯಲ್ಲಿಯೂ ಇದರ ಮುಂದುವರಿಕೆಯಾಗಿ ಕೆಲವು ಸಾಲುಗಳು ಬಂದಿವೆ. ಅವುಗಳ ಧ್ವನಿಶಕ್ತಿಯೂ ಅದ್ಭುತವಾಗಿದೆ.

ಆತ್ಮವಂಚನೆ ಎಂಬುದು
ಕಸುಬುದಾರ ಲೆಕ್ಕಿಗನ ಕಣ್ಣಿಗೆ ಇಣುಕದು
ಎಷ್ಟು ಎಳೆದರೂ ಹಿಗ್ಗುವ ಪಾಪಿ ನಾಲಿಗೆ
ಪುಣ್ಯದ ಅಹವಾಲಿಗೆ ಕುಗ್ಗದು

ಎಂಬ ಸಾಲುಗಳಲ್ಲಿಯೂ ಧ್ವನಿಸುತ್ತದೆ. ಅಂದರೆ ಇಲ್ಲಿನ ಕವಿತೆಗಳ ಒಂದು ಗುಣವೆಂದರೆ ಹೆಚ್ಚು ಹೊರಗಣ ಲೋಕವನ್ನು ಉದ್ದೇಶಿಸಿ ಮಾತನಾಡುವುದಕ್ಕಿಂತ ವ್ಯಕ್ತಿ ಆತ್ಮನಿರೀಕ್ಷಣೆಯ ಶೈಲಿಯಲ್ಲಿ ಮಾತನಾಡುವುದು ಮಹತ್ವದ್ದೆನಿಸುತ್ತದೆ. ಹೀಗೆ ವ್ಯಕ್ತಿಯ ಆತ್ಮನಿರೀಕ್ಷಣೆಯ ಮಾದರಿ ಕಾವ್ಯ ಇಂದಿನ ಅಗತ್ಯವಾಗಿದೆ. ವ್ಯಕ್ತಿ ಅನ್ಯರಿಗೆ ಬೋಧನೆ ಮಾಡುವುದಕ್ಕಿಂತ ತಮಗೆ ತಾವೇ ಬೋಧಿಸಿಕೊಂಡು ಅದನ್ನು ಪಾಲಿಸುವುದೇ ಮುಖ್ಯವಾಗಿದೆ. ಬಸವಣ್ಣ ಹೇಳಿದಂತೆ ನಮ್ಮೊಳಗಿನ ಡೊಂಕನ್ನು ನಾವು ತಿದ್ದಿಕೊಳ್ಳುವುದೇ ಸರಿಯಾದ ದಾರಿಯೂ ಹೌದು.

ಇಲ್ಲಿನ ಹೆಚ್ಚಿನ ಕವಿತೆಗಳಲ್ಲಿ ಅಕ್ಕ, ಅಣ್ಣ, ತಂಗಿ, ಅಮ್ಮ–ತಾಯಿ, ಅಜ್ಜಿ–ಮುದುಕಿ, ಗೆಳೆಯ, ಪ್ರೇಮಿ ಮುಂತಾದ ಸಂಬಂಧವಾಚಕ ಸರ್ವನಾಮಗಳು ಹೆಚ್ಚು ಬಳಕೆಯಾಗಿವೆ. ಈ ಯಾವ ಸರ್ವನಾಮಗಳು ಹಗೆತನದ ಸಂಬಂಧದ ಹಾಗೆ ನಿರೂಪಿತವಾಗಿಲ್ಲ. ಆ ಎಲ್ಲ ಪಾತ್ರಗಳು ಮನುಷ್ಯರ ನಡುವಿನ ನಂಟು ಮತ್ತು ಆ ನಂಟಿನೊಂದಿಗೆ ಹೊಂದುವ ಬಾಂಧವ್ಯವನ್ನು ನಿರ್ವಹಿಸುತ್ತವೆ. ಎತ್ತುಗೆಗೆ 'ಸಿಗ್ನಲ್ ಬೊಂಬೆ' ಕವಿತೆಯಲ್ಲಿನ ಮುದುಕಿ ಪಾತ್ರ ಚಿತ್ರಣ. ಇಲ್ಲಿ ನಮ್ಮ ಸಮಾಜದ ವೈರುಧ್ಯವನ್ನು ಮುಖಾಮುಖಿ ಮಾಡಲಾಗಿದೆ. ಆಕಾಶದಲ್ಲಿ ವಿಮಾನದಲ್ಲಿ ನಿತ್ಯ ಹಾರಾಡುವ ಜನರು ಮತ್ತು ಕಾಲಿಗೆ ಚಪ್ಪಲಿಯಿಲ್ಲದೆ ಇಲ್ಲವೇ ಹರಿದ ಚಪ್ಪಲಿ ಹಾಕಿಕೊಂಡಿರುವ ಹಣ್ಣಣ್ಣು ಮುದುಕಿ. ವೃದ್ಧಾಶ್ರಮದಿಂದ ತಪ್ಪಿಸಿಕೊಂಡು ಸಿಗ್ನಲ್‌ಗಳಲ್ಲಿ ಬೇಡುವ ಮುದುಕಿ ಈಕೆ. ಮುಪ್ಪಿನಲ್ಲಿ ಅಸಹಾಯಕಗೊಳ್ಳುತ್ತಿರುವ ಹಿರಿಯ ತಲೆಮಾರೊಂದನ್ನು ನಮ್ಮ ಕುಟುಂಬ ವ್ಯವಸ್ಥೆ ಮತ್ತು ಸಮಾಜ ಹೇಗೆ ಕಾಣುತ್ತಿದೆ ಎಂಬುದನ್ನು ಇಲ್ಲಿ ಮುಖಾಮುಖಿ ಮಾಡಲಾಗಿದೆ.

ಹೀಗೆ ಅನಾಥವಾಗಿರುವ ಮುದುಕಿಗೆ ಕೈಯಾಸರೆ ಆಗಿರುವ ಅಂತಹದೇ ಅನಾಥವಾಗಿರುವ ಪುಟ್ಟ ಪೋರನೊಬ್ಬನಿದ್ದಾನೆ. ಅಂದರೆ ಇಲ್ಲಿ ಹಿರಿಯ ಜೀವಗಳು ಮತ್ತು ಕಿರಿಯ ಜೀವಗಳೆರಡೂ ಅನಾಥವಾಗಿರುವ ಧಾರುಣ ಚಿತ್ರವೊಂದು ಚಿತ್ರಿತವಾಗಿದೆ. ಇದು ನಮ್ಮ ಸಮಾಜದ ಚಿತ್ರಣ. ಇಂತಹ ವೈರುಧ್ಯಗಳ ಬಗೆಗೆ 'ಸಿಗ್ನಲ್ ಬೊಂಬೆ' ಕವಿತೆ ಗಮನ ಸೆಳೆಯುತ್ತದೆ. ಮುದುಕಿಯ ಹಾಗೆ ಬದುಕು ಸೂತ್ರ ಕಳೆದುಕೊಂಡಿರುವುದು ಅಕ್ಕನದು. ಮದುವೆಯಾಗಿ ಗಂಡನ ಮನೆಗೆ ಹೋದವಳು ಮರಳಿ ತವರಿಗೆ ಬಂದವಳು ತವರಿನಲ್ಲಿಯೇ ನೆಲೆಸಿ 'ಮನೆಕೆಲಸದಾಕೆ'ಯಾಗಿದ್ದಾಳೆ. ಅವಳಿಗೆ ತನ್ನದೇ ಆದ ಬದುಕೆಂಬುದೇ ಇಲ್ಲವಾಗಿದೆ. ಹೀಗಿದ್ದವಳು ಉಪ್ಪು ತರಲು ಅಂಗಡಿಗೆ ಹೋದವಳು ಮರಳಿಯೇ ಇಲ್ಲ. ಅವಳ ಆಪ್ತ ಬೆಕ್ಕು ಅವಳನ್ನೇ ಹುಡುಕಲು ಹೊರಟಿರುವ ಚಿತ್ರಣ ಕೂಡ ಸಿಗ್ನಲ್ ಮುದುಕಿಯ ಹಾಗೆಯೇ ಇದೆ. ಅಂದರೆ ಅಕ್ಕ, ಮುದುಕಿ, ಹುಡುಗ ಇಂತಹ ಅನಾಥ ಜೀವಗಳ ಬದುಕಿನ ದುರಂತವನ್ನೇ ಚಿತ್ರಿಸುತ್ತದೆ. ಅಲ್ಲದೆ ಅವಳು ಹೋದವಳು ಮತ್ತೆ ಮನೆಗೆ ಮರಳಿಯೇ ಇಲ್ಲದ ಸನ್ನಿವೇಶದಲ್ಲಿ ಬೆಕ್ಕು ಅವಳನ್ನು ಹುಡುಕಲು ಹೊರಟಿರುವುದು ಹಲವು ಅರ್ಥಗಳಿಗೆ ಇಂಬು ನೀಡಿದೆ.

ಹೀಗೆ ಈ ಸಂಕಲನದ ಕವಿತೆಗಳು ಬಹಳ ಮೆಲುಮಾತಿನಲ್ಲಿ ಮನುಷ್ಯರ ಸಂಬಂಧಗಳಲ್ಲಿ ಬಿರುಕು, ಅಸಹಾಯಕತೆ, ಅನಾಥತೆ, ಹಿಂಸೆ, ಭ್ರಮಾತ್ಮಕ ಜೀವನ, ಆತ್ಮವಂಚನೆ ಮತ್ತು ವಿಶೇಷವಾಗಿ ಮಧ್ಯಮ ವರ್ಗದ ಜನರ ಜೀವನದ ದೃಷ್ಟಿಕೋನಗಳನ್ನು ಚಿತ್ರಿಸುತ್ತವೆ. ಹಾಗೆ ನೋಡಿದರೆ ಇಲ್ಲಿನ ಕವಿತೆಗಳ ದೃಷ್ಟಿಕೋನವನ್ನು ರೂಪಿಸಿರುವುದೇ ಮಧ್ಯಮ

ವರ್ಗದ ಜೀವನ. ಅಂದರೆ ಮಧ್ಯಮ ವರ್ಗದ ವ್ಯಕ್ತಿಯೊಬ್ಬ ತನ್ನ ಸುತ್ತಲ ಜಗತ್ತನ್ನು ನೋಡಬಹುದಾದರೆ ಅದು ಹೇಗೆ ಕಾಣಿಸುತ್ತದೆ? ಎಂಬುದಕ್ಕೂ ಈ ಸಂಕಲನದ ಕವಿತೆಗಳು ಎತ್ತುಗೆಯಾಗಿವೆ. ಇಂದು ಈ ವರ್ಗ ಹೆಚ್ಚಿನ ರಿಸ್ಕನ್ನು ತೆಗೆದುಕೊಳ್ಳದೆ ತಗ್ಗಿದ ದನಿಯಲ್ಲಿ ತನ್ನ ಸಾಮಾಜಿಕ ಕಾಳಜಿಯನ್ನು ಹೇಗೆ ವ್ಯಕ್ತಮಾಡಬಲ್ಲದು ಎಂಬುದಕ್ಕೂ ಇದು ಒಂದು ಮಾದರಿಯಾಗಿದೆ.

ಈ ಟಿಪ್ಪಣಿಯನ್ನು ಮುಗಿಸುವ ಮುನ್ನ ಹೇಳಬಹುದಾದ ಒಂದು ಮಾತು. ಕವಿ ತನ್ನ ಕಣ್ಣೋಟಕ್ಕೆ ಸಿಗುವ ಅನುಭವ, ಆಲೋಚನೆ ಮತ್ತು ಸಂವೇದನೆಗಳಿಗೆ ತೃಪ್ತರಾಗಬಾರದು. ತನ್ನ ಕೈಗೆಟುಕದುದನ್ನೂ ಎಟುಕಿಸಿಕೊಳ್ಳುವ ಮೂಲಕ ಲೋಕದೃಷ್ಟಿ ಮತ್ತು ಸಮಾಜದ ಕಲ್ಪನೆಗಳನ್ನು ವಿಸ್ತರಿಸಿಕೊಂಡು ಸಾಹಿತ್ಯ ರಚಿಸಬೇಕಾಗುತ್ತದೆ. ಕುವೆಂಪು, ಬೇಂದ್ರೆ, ಕಾರಂತರು ಹಾಗೆ ಎಟುಕಿಸಿಕೊಂಡು ಬರೆದಿದ್ದಾರೆ. ತಮ್ಮ ಕಣ್ಣೋಟಕ್ಕೆ ದೊರೆತ ಅನುಭವಕ್ಕೆ ಸೀಮಿತವಾದರೆ ಆ ಅನುಭವವಷ್ಟೇ ಸಾಹಿತ್ಯ ಸೃಷ್ಟಿಗೆ ಸಾಲುವುದಿಲ್ಲ. ಬರಹಗಾರರು ವಿಸ್ತಾರವಾದ ಲೋಕದೃಷ್ಟಿಯನ್ನು ರೂಢಿಸಿಕೊಂಡು ದಾರ್ಶನಿಕ ಚಿಂತನೆಗಳನ್ನು ಮಂಡಿಸಿದಾಗ ಮಾತ್ರ ಅತ್ಯುತ್ತಮ ಸಾಹಿತ್ಯ ಸೃಷ್ಟಿ ಸಾಧ್ಯವಾಗಬಲ್ಲದು. ಅಂತಹ ಗುಣಗಳನ್ನು ಇನ್ನಷ್ಟು ರೂಢಿಸಿಕೊಂಡು ಶಶಿ ತರೀಕೆರೆ ಅವರು ಕನ್ನಡದಲ್ಲಿ ಮಹತ್ವದ ಕಾವ್ಯ ರಚಿಸಲಿ ಎಂಬ ಅಪೇಕ್ಷೆ ಇಲ್ಲಿನದು. ಈ ಕ್ಷಣದ ಸಾಹಿತ್ಯದ ಪ್ರಯೋಜನಗಳಿಗಿಂತ ಸಾಹಿತ್ಯ ನಿಡುಗಾಲದಲ್ಲಿ ಉಂಟುಮಾಡಬಹುದಾದ ಪರಿಣಾಮಗಳನ್ನು ಅಂದಾಜಿಸಿ ಮಹತ್ವದ ಕಾವ್ಯ ಕಟ್ಟುವ ಶಕ್ತಿ ವೃದ್ಧಿಗೊಳ್ಳಲಿ ಎಂದು ಆಶಿಸುವೆ. ಈ ಸಂಕಲನಕ್ಕೆ ವ್ಯಾಪಕವಾದ ಓದುಗರು ದೊರೆಯುವಂತಾಗಲಿ.

–ರಂಗನಾಥ ಕಂಟನಕುಂಟೆ
ಜನವರಿ 31, 2024

ಅಪ್ಪುಗೆ

ನನಗೆ ಗೊತ್ತಿರದ ವಿದ್ಯೆಗಳಲ್ಲಿ ಕವಿತೆ ಬರೆಯುವುದು ಒಂದಾದರೆ ಮುನ್ನುಡಿ ಬರೆಯುವುದು ಇನ್ನೊಂದು–ಅದೂ ಕವನ ಸಂಕಲನಗಳಿಗೆ ಮುನ್ನುಡಿ ಬರೆಯುವುದೆಂದರೆ ನನ್ನ ಅಜ್ಞಾನ ದ್ವಿಗುಣವಾಯಿತೆಂದೇ ಲೆಕ್ಕ. ಆದರೂ ಒಲ್ಲೆ ಒಲ್ಲೆ ಎನ್ನುತ್ತಲೇ ನಾನು ಹಲವಾರು ಕವನ ಸಂಕಲನಗಳಿಗೆ ಮುನ್ನುಡಿ ಬರೆದಿದ್ದೇನೆ. ಹೆಚ್ಚಿನವು ಉದಯೋನ್ಮುಖ ಕವಿಗಳ ಕೃತಿಗಳು. ಇದರರ್ಥ ಈ ಕವನ ಸಂಕಲನಗಳು ಚೆನ್ನಾಗಿರಲಿಲ್ಲ ಎಂದಲ್ಲ; ವಾಸ್ತವದಲ್ಲಿ ಅವೆಲ್ಲವೂ ಉತ್ಕೃಷ್ಟವೇ ಆದ ಸಂಕಲನಗಳು. ಈಗ ಅಂಥದೊಂದು ಸಂಕಲನ ನನ್ನ ಮುಂದಿದೆ: ಶಶಿ ತರೀಕೆರೆ ಎಂಬ ಹೊಸ ಕವಿಯ "ಪ್ಯೂಪಾ." ನಾನು 'ನಿರುಪಾಯ'ನಾಗಿ ಕುಳಿತಿದ್ದೇನೆ. ಏನೆಂದು ಬರೆಯಲಿ, ಹೇಗೆ ಬರೆಯಲಿ? ಸಾಧಾರಣ ಗಾತ್ರದ ಒಟ್ಟು 60 ಕವಿತೆಗಳ ಸಂಕಲನ ಇದು.

ಇದರಲ್ಲಿ ವಿಶೇಷವಾದ: 'ಕೆಮ್ಮು' ಎಂಬ ಕವಿತೆಯಿದೆ, ಆದರೆ ಅದರಲ್ಲಿ ಕೆಮ್ಮಿನ ಬಗ್ಗೆ ಏನೂ ಇಲ್ಲ. ಕೆಮ್ಮಿನ ಸಂಗತಿ ಬೇರೆ ಎರಡು ಮೂರು ಕವಿತೆಗಳಲ್ಲಿ ಬರುತ್ತದೆ. 'ರಾಟೆ'ಯೆಂಬ ಒಂದು ಕವಿತೆಯಿದೆ, ಅದರೆ ಅದು ರಾಟೆಯ ಕುರಿತಾಗಿ ಅಲ್ಲ, ರಾಟೆಯೊಂದು ಹೆಳೆಯಷ್ಟೆ. ಶಶಿಯವರ ಕವಿತೆಗಳು ಯಾತರ 'ಕುರಿತಾಗಿ'ಯೂ ಅಲ್ಲ, ನೆಪವಾಗಿ ಅಷ್ಟೆ. ಆದ್ದರಿಂದಲೇ ಇಲ್ಲಿ (ಎ. ಕೆ. ರಾಮಾನುಜನ್‌ರ "ಹೊಕ್ಕುಳಲ್ಲಿ ಹೂವಿಲ್ಲ"ದಲ್ಲಿ ಹೊಕ್ಕುಳೂ ಇಲ್ಲ, ಹೂವೂ ಇಲ್ಲ!) ಇಂಥ ಕವಿತೆಗಳಲ್ಲಿ ವ್ಯಕ್ತ ಅವ್ಯಕ್ತದ ಕಡೆ ಸೂಚಿಸಬಹುದು, ಆದರೆ ತೋರಿಸುವುದಿಲ್ಲ. ಇಲ್ಲಿನ 'ಮಂಚ' ಕೂಡ ಮಂಚವನ್ನು ವರ್ಣಿಸುತ್ತಿದ್ದರೂ, ಅದು ಮಂಚದ ಬಗ್ಗೆ ಅಲ್ಲ, ಮಂಚದಲ್ಲಿ ಮಲಗುವ ಮನುಷ್ಯರ ಬಗ್ಗೆ. ಆದ್ದರಿಂದ ಇಂಥ ಕಡೆ ಒಂದು ರೀತಿಯ ಆಂತ್ರೋಪೋಮಾರ್ಫಿಸಂ ಕೆಲಸ ಮಾಡುವುದನ್ನು ಕಾಣಬಹುದು. ಪರೋಕ್ಷತೆ ಇಲ್ಲಿನ ಕಾವ್ಯಧರ್ಮ, ಪರೋಕ್ಷತೆ ಮತ್ತು ಪರವಶತೆ. ಇದು ಕನ್ನಡಿಯಲ್ಲಿ ಕಂಡ ಮುಖ ನಿಜವಾದ ಮುಖವೆಂದು ಭ್ರಮಿಸಿದ ಹಾಗೆ. ಅಲ್ಲದೆ ಮುಖವನ್ನು ಕಾಣುವ ಬಗೆ ಹೇಗೆ? ಒಂದೋ ಕನ್ನಡಿಯಲ್ಲಿ, ನೀರಿನಲ್ಲಿ, ಇಲ್ಲವೇ ಚಿತ್ರದಲ್ಲಿ ಪರೋಕ್ಷವಾಗಿಯಲ್ಲದೆ ಬೇರೆ ದಾರಿಯಿಲ್ಲ. ತನ್ನ ನಿಜವಾದ ಮುಖವನ್ನು ವ್ಯಕ್ತಿ ಎಂದೂ ಕಾಣಲಾರ. ಕಾಣುವ ಅಥವಾ ಕಾಣುತ್ತೇನೆಂದು ಭ್ರಮಿಸುವ ಹೊರಜಗತ್ತಾದರೂ ಎಷ್ಟೊಂದು ನಿಜ ಎನ್ನುವ ಪ್ರಶ್ನೆ ಏಳುತ್ತದೆ. ನೇರವಾಗಿ ನೋಡಿದಾಗ ನಮಗೆ ಎಲ್ಲವೂ ಚಪ್ಪಟೆಯಾಗಿ ತೋರುತ್ತವೆ. ಮೂರನೆಯ ಆಯಾಮ ಗೋಚರಿಸಬೇಕಾದರೆ ಕೋನದಲ್ಲಿ ನೋಡುವುದು ಅಗತ್ಯವಾಗುತ್ತದೆ. ಈ ಕವಿ ಅದನ್ನು ಮಾಡುತ್ತಾರೆ. ಆಗ ನೇರವನ್ನು ಮುರಿಯಬೇಕಾಗುತ್ತದೆ. ಇಲ್ಲೊಂದು ಪ್ರಕ್ಷೇಪವಿದೆ; ಪ್ರಕ್ಷೇಪವೆಂದರೆ ಕತೆಗೆ ಕಟ್ಟುಕತೆ ಸೇರಿಸುವುದು, ಇಂಟರ್‌ಪೋಲೇಶನ್. ಕತೆಯೇ ಕಟ್ಟುಕತೆಯಾಗಿರುತ್ತ, ಅದಕ್ಕೆ ಸೇರಿಸುವುದನ್ನಷ್ಟೆ ಕಟ್ಟುಕತೆಯೆಂದಾಗ ಕತೆ ಆಥೆಂಟಿಕ್, ಕಟ್ಟುಕತೆ ಕಲ್ಪನೆ ಎಂಬ ಭ್ರಮೆ ಬರುತ್ತದೆ. ಇದು ಮುಖವನ್ನು ಕನ್ನಡಿಯೊಳಗಿನಿಂದ ನೋಡಿದ ಹಾಗೆ! ಅಥವಾ ಹಾಗೆ ಅಂದುಕೊಳ್ಳುವುದು, ಕಲ್ಪಿಸುವುದು. ಈ ಕವಿ ಇಂಥಾದ್ದನ್ನು ಕವಿತೆಗಳಲ್ಲಿ ಮಾಡುತ್ತಾರೆ. ಅವು 'ಕಟ್ಟುಕತೆ'ಗಳ ಒಂದು ಸೇತು ಇದ್ದ ಹಾಗೆ. ಒಂದರಿಂದ ಒಂದಕ್ಕೆ ನಾವು ಜಿಗಿಯಬೇಕು. ಎಲ್ಲೂ ಹೋಗುವುದಿಲ್ಲ, ಎಲ್ಲೂ ವಿರಮಿಸುವುದಿಲ್ಲ. ಅರ್ಥಕ್ಕೆ ನಿಂತ

ಸೇತುವಿನ ಹಾಗೆ. ಸೆಳವು ನೋಡುವುದಕ್ಕೆ ಮಾಡಿದ್ದು. ಅಥವಾ ನೆರೆಯಲ್ಲಿ ಸೆಳೆದುಕೊಂಡು ಹೋದ್ದು. ಈ 'ನಿರುಪಾಯ' ಎಂಬ ಪದವನ್ನು ನಾನು ಶಶಿಯವರದೇ ಕವಿತೆಯೊಂದರಿಂದ ಎತ್ತಿಕೊಂಡದ್ದು. ಇದೇನೂ ಅಸಾಮಾನ್ಯವಾದ ಪದವಲ್ಲದಿದ್ದರೂ ಕವಿತೆಯ ಆಯಕಟ್ಟಿನ ಸ್ಥಳದಲ್ಲಿ ಬರುವುದರಿಂದ ಅದು ಎದ್ದು ಕಾಣುತ್ತದೆ. ನಾನದನ್ನು ಬಳಕೆ ಮಾಡದೆ ಹಲವು ಕಾಲವಾದರೂ, ಆ ಸ್ಥಿತಿಯಲ್ಲಿ ಯಾವತ್ತೂ ಇದ್ದೇನೆ: ನಾವೆಲ್ಲರೂ ಇಂಥ ಸ್ಥಿತಿಯಲ್ಲಿ ಇದ್ದೇ ಇರುತ್ತೇವೆ. ಮನುಷ್ಯನ ಅಸ್ತಿತ್ವಕ್ಕೆ ಒಡ್ಡಿದ ಸವಾಲು ಅದು. ಆದ್ದರಿಂದಲೇ ಕೈಗೊಂಡ ಕಾರ್ಯ ಅರ್ಧಕ್ಕೆ ನಿಲ್ಲುವುದು: ಅರ್ಧ ಸಂಕ, ಅರ್ಧ ಕವಿತೆ, ಅರ್ಧ ಅಂಗಿ. ನಿರುಪಾಯ ಎಂದರೆ ಜಗತ್ತಿನ ನಿವಾಸಿಗಳ ಒಂದು ಸ್ಥಿತಿ. ಈ ಪದವನ್ನು ಕಂಡೊಡನೆಯೇ ನನಗದನ್ನು ತಬ್ಬಿಕೊಳ್ಳಬೇಕೆನ್ನುವಷ್ಟು ಆಸೆಯಾಯಿತು. ನಾನಿಲ್ಲಿ ಸೂಚಿಸುತ್ತಿರುವುದು 'ನಿರುಪಾಯ' ಎಂಬ ಕವಿತೆಯನ್ನು, ಹಾಗೂ ಇಲ್ಲಿ 'ನಿರುಪಾಯ'ನಾಗಿ ಕೂತವನು ಅಂಗಿಯೊಂದನ್ನು ಅರ್ಧ ಹೊಲಿದು, ಮುಗಿಸುವ ಮೊದಲೇ ನಿದ್ರೆಗೆ ಜಾರಿದ ದರ್ಜಿ. ಕವಿತೆಯಲ್ಲಿ ಈ ಅಂಗಿ ಕವಿತೆಗೆ ರೂಪಕವೂ ಆಗಿರುವುದು ವಿಶೇಷ. ದರ್ಜಿ ಕತ್ತರಿಸಿದ ಕಾರಣ ಅದು ಕುಂಟ ಕವಿತೆಯಾಗುತ್ತದೆ, ಮತ್ತು ಕೊನೆಗೊಂಡರೂ ಅಪೂರ್ಣವೇ ಆಗಿ ಉಳಿಯುತ್ತದೆ. ಈ ಮಧ್ಯೆ ಕವಿತೆ ಎಲ್ಲೆಲ್ಲೋ ಹೋಗಿ ಬೀಳುತ್ತದೆ, ಉದಾಃ ಜೇಡನ ಬಲೆಗೆ. ಅಲ್ಲೂ ಅದಕ್ಕೆ ಮೋಕ್ಷವಿಲ್ಲ. ಯಾಕೆಂದರೆ ದರ್ಜಿಗೆ ನಿದ್ದೆ ಬಂದಿದೆ. ಈ ನಿದ್ದೆ ಪರಮಾತ್ಮನ ಅನಂತ ನಿದ್ರೆಯ ಪ್ರತೀಕ. ಆತನೂ ನಿರುಪಾಯ. ಇನ್ನು ಕವಿಯ ಪಾಡೇನು?! ಇದು ಆಧುನಿಕ ಕವಿಯ ಅವಸ್ಥೆ.

ಮ್. ಇಷ್ಟು ಹೇಳಿ ನಾನೂ ದರ್ಜಿಯಂತೆ ಸುಸ್ತಾಗಿದ್ದೇನೆ. ಒಂದು ತರದ ಮಂಪರು ನನ್ನನ್ನು ಆವರಿಸಿದೆ, ಯಾವತ್ತೂ ಆವರಿಸಿದೆ. ನಾನು ಪೂರ್ತಿ ಎಚ್ಚರದಲ್ಲಿ ಇದ್ದುದೇ ಇಲ್ಲ ಎನಿಸುತ್ತದೆ. ಗೊತ್ತಿಲ್ಲ. ಆಧುನಿಕ ಯುಗ ಪೂರ್ತಿ ಎಚ್ಚರವನ್ನು ಅಪೇಕ್ಷಿಸುತ್ತದೆ. ಪೂರ್ತಿ ಎಚ್ಚರ ಎಂದರೆ ಪೂರ್ತಿ ರ್‍ಯಾಶನಲಿಸಂ. ರೊಮ್ಯಾಂಟಿಸಿಸಂನ ನಂತರದ ಯುಗ ಇದು. ಇಂಥಲ್ಲಿ ಕವಿತೆಗೇನು ಕೆಲಸ ಎಂದು ಕೇಳಬೇಕಾಗುತ್ತದೆ; ಕವಿತೆಗೆ ಮಾತ್ರವೇ ಅಲ್ಲ, ಒಟ್ಟು ಕಲಾಪ್ರಕಾರಗಳಿಗೆ. ಅವು ಪೂರ್ತಿ ರ್‍ಯಾಶನಲಿಸಂಗೆ ಅಡಿಯಾಳಾಗಿರುವುದು ಸಾಧ್ಯವಿಲ್ಲ, ಯಾಕೆಂದರೆ ಅದಕ್ಕೆ ಗದ್ಯವಿದೆ, ಪರಬಂಧವಿದೆ, ವಿಜ್ಞಾನವಿದೆ, ತತ್ವಜ್ಞಾನವಿದೆ. ಮಿತ್ ಹಾಗೂ ರೊಮ್ಯಾಂಟಿಕ್ ಯುಗಗಳಿಗೆ ಮರಳುವುದೂ ಸಾಧ್ಯವಿಲ್ಲ. ಎಪಿಕ್ ಕವಿಗಳು ಮಿತ್‌ನ್ನ ಕಾಪಾಡುವುದಕ್ಕೆ ಬರೆದರು; ರೊಮ್ಯಾಂಟಿಕ್ ಕವಿಗಳು ಭಾವನೆಯನ್ನು ಕಾಪಾಡುವುದಕ್ಕೆ ಬರೆದರು. ಇಂದಿನ ಕವಿ ಯಾಕೆ ಬರೆಯಬೇಕು? ಅಸ್ತಿತ್ವವನ್ನು ಕಾಪಾಡುವುದಕ್ಕೆ? ಕಲ್ಪನೆಯನ್ನು ಕಾಪಾಡುವುದಕ್ಕೆ? ರ್‍ಯಾಶನಲಿಸಂನ ಅತಿರೇಕಕ್ಕೆ ಪ್ರತ್ಯೌಷಧಿಯಾಗಿ? ಧ್ವನಿಯಿಲ್ಲದವರಿಗೆ ಧ್ವನಿಯಾಗಿ? ತಿಳಿಯದು. ಅಂತೂ ಇಂದಿನ ಕವಿತೆ ವ್ಯತ್ಯಸ್ಥವಾಗಿದೆ. ಬಹುತ್ವದ ಕಡೆ ಸಾಗಿದೆ, ಅದೂ ಸುಲಭದ ಮಾತಲ್ಲ. ಒಂದು ರೀತಿಯ ಭಗ್ನತೆ ಇಂದಿನ ಕಾವ್ಯವನ್ನು ವಿವರಿಸುತ್ತಿದೆ. **These fragments I have shored against my ruins (T. S Eliot).** ಆದ್ದರಿಂದ, ಅರ್ಥವೇನು ಎಂಬ ಪ್ರಶ್ನೆಯೇ ಅರ್ಥಹೀನವಾಗಿದೆ.

ಹಾಗಿದ್ದರೆ ಕಾಣುವುದು ಭಗ್ನಗಳನ್ನು, ಚೂರುಪಾರುಗಳನ್ನು; ಅವುಗಳ ದೂಪೆ ಏನನ್ನು ತೋರಬಲ್ಲುದೋ ಅದನ್ನು. **Ruin** ಎನ್ನುವುದು ಮನ ಕಲಕುವ ಪದ. ಗೋಪಾಲಕೃಷ್ಣ ಅಡಿಗರ ಇಡೀ ಕಾವ್ಯ ಸೂಚಿಸುವುದು ಒಡೆದು ಬಿದ್ದ ಈ ಸೌಧವನ್ನು. ಇಂದಿನ ಕವಿ ಇಲ್ಲಿಂದ ಮುಂದುವರಿಯಬೇಕು. ಎಲ್ಲಿಗೆ ಎನ್ನುವುದು ಖಚಿತವಿಲ್ಲ. ಅಡಿಗರಿಗೆ ಖಚಿತವಿತ್ತು–ಮರೆತು ಹೋದ ಮಂತ್ರಗಳನ್ನು ಮತ್ತೆ ಸ್ಮೃತಿಗೆ ತರುವುದಕ್ಕೆ, ನಷ್ಟವಾದ ಸುವರ್ಣ ಯುಗವನ್ನು ಪುನರ್ ಸ್ಥಾಪಿಸುವುದಕ್ಕೆ. ಇಂದಿನ ಕವಿಗಳ ಮನಸ್ಸಿನಲ್ಲಿ ಇದು ಯಾವುದೂ ಇಲ್ಲ. ಶಶಿ ತರೀಕೆರೆ ಇಂಥವರಲ್ಲಿ ಒಬ್ಬರು, ಹಾಗೂ ಅವರ ಈ ಪ್ರಥಮ ಸಂಕಲನ ಅಣೆಗೆಳೆದ ಭಗ್ನತೆಗಳ ಒಂದು ರಾಶಿ.

ಅವು ಯಾವುದರ ಭಗ್ನತೆಗಳು ಎಂಬುದನ್ನು ಅವರು ಹೇಳಲಾರರು ಯಾಕೆಂದರೆ ಈಗಿನ ಕವಿಗಳಿಗೆ ಪೂರ್ವದ ತಥಾಕಥಿತ ಸುವರ್ಣ ಸಂಸ್ಕೃತಿಯ ಯಾವ ಕಲ್ಪನೆಯೂ ಇಲ್ಲ. ಕನ್ನಡ ಕಾವ್ಯದಲ್ಲಿ ಅದು ಬಹುಶಃ ಅಡಿಗರ ಜತೆಗೇ ಹೊರಟುಹೋಗಿದೆ. (ಅಡಿಗರಿಗಾದರೂ ಅಂಥದೊಂದು 'ಸುವರ್ಣ ಯುಗ'ದಲ್ಲಿ ನಿಜಕ್ಕೂ ವಿಶ್ವಾಸವಿತ್ತೋ ತಿಳಿಯದು; ಅದೊಂದು ಕವಿಸಮಯವಾಗಿದ್ದರೂ ಇರಬಹುದು.)

ಉಹ್. ಈಗೇನು? ಮಹತ್ವಾಕಾಂಕ್ಷೆಯಿಲ್ಲದ ಇಂಥ ಕವಿತೆಗಳು ('ಭಗ್ನಗಳು') ಸಂತೆಯ ನೆನಪು ತರುತ್ತವೆ. ಶಶಿಯವರ ಈ ಸಂಕಲನದಲ್ಲಿ ಸಂತೆ ಕೂಡ ಒಂದು ಪ್ರತಿಮೆಯೇ; ಪ್ರತಿಮಾನಿಷ್ಠವಾದ ಕವಿತೆಗಳು ಇವು. ಒಂದನ್ನು ನಿಲ್ಲಿಸಿದ ತಕ್ಷಣ ಇನ್ನೊಂದಕ್ಕೆ ಕೈತೋರಿಸುತ್ತವೆ. ಸಂತೆಯ ಎಲ್ಲ ಗುಣಗಳೂ ಇಲ್ಲಿ ಇವೆ. ತತ್ಕಾಲಕ್ಕೆ ನೆಲೆಯೂರಿದ, ನೆಲದಲ್ಲೇ ಹರಡಿಕೊಂಡ ಮಣಿಸರಕಿನ ಅಂಗಡಿಗಳನ್ನೋ ಕಟ್ಲೇರಿ ದುಕಾನುಗಳನ್ನೋ ಊಹಿಸಿಕೊಳ್ಳಿ. ಅಲ್ಲಿ ಏನಿದೆ ಏನಿಲ್ಲ? ಪಿಂಗಾಣಿಯ ಪಾತ್ರೆಗಳು, ಬಾಚಣಿಗೆ ರಿಬ್ಬನುಗಳು, ಕುಂಕುಮ ಕರಡಿಗೆಗಳು, ಕಪ್ಪು ಕೆಂಪಿನ ಪಟ್ಟೆ ನೂಲುಗಳು, ಲಾಡಿಗಳು, ಬಳೆಗಳು, ಕ್ಲಿಪ್ಪುಗಳು, ಹೇರ್‌ಪಿನ್ನುಗಳು, ಬಟನುಗಳು, ದಾರದ ಉಂಡೆಗಳು, ಸೂಜಿಗಳು, ಉಗುರು ಕತ್ತರಿಸುವ ಯಂತ್ರ, ಅಗರು ಬತ್ತಿ, ಲೋಬಾನ, ಪರಿಮಳದ ವಿಭೂತಿ ಉಂಡೆಗಳು, ಸೆಂಟಿನ ಪುಟ್ಟ ಪುಟ್ಟ ಕುಪ್ಪಿಗಳು, ಗುಗ್ಗೆ ತೆಗೆಯುವ ಕೊಕ್ಕೆ, ಬೆಲ್ಟು, ಪಕ್ಕೀಟು ಅರ್ಥಾತ್ ಪರ್ಸು, ಬೀಗ, ಬೀಗದ ಕೈ, ನಶ್ಯದ ಬುರುಡೆ, ಮುಖ ನೋಡುವ ಕನ್ನಡಿಗಳು, ಟೂತ್ ಪೌಡರು, ಬ್ರಶ್ಶು, ಚೂರಿಗಳು, ಕಪ್ಪು ಕನ್ನಡಕಗಳು, ಸಿನೆಮಾ ತಾರೆಯರಿರುವ ಕ್ಯಾಲೆಂಡರುಗಳು, ಮಂತ್ರಿಸಿ ಕಟ್ಟುವ ತಾಯಿತಗಳು, ಸ್ಲೇಟು ಕಡ್ಡಿಗಳು, ಪೆನ್ನು ಪೆನ್ಸಿಲುಗಳು, ಫುಟ್‌ರೂಲು, ಚಿತ್ರಕ್ಕೆ ಬಣ್ಣ ಬಳಿಯುವ ಕಡ್ಡಿಗಳು, ಬರೆದುದನ್ನು ಒರೆಸುವ ರಬ್ಬರು, ಬೆಂಕಿ ಪೆಟ್ಟಿಗೆಗಳು, ಅವುಗಳ ವಿಭಿನ್ನ ಚಿತ್ರಗಳ ಕಟ್ಟುಗಳು, ಗೋಲಿಗಳು, ರಬ್ಬರ್ ಚೆಂಡುಗಳು, ಬಿಗಿಲುಗಳು, ಆಟದ ಕಾರುಗಳು, ನಾಯಿಮರಿ, ನರಿ, ಮೊಲ, ಹುಲಿ ಮುಂತಾದ ಬೊಂಬೆಗಳು, ಟೊಪ್ಪಿ, ಹ್ಯಾಟುಗಳು, ತಮ್ಮಟೆ ಬಡಿಯುವ ಕೀಲು ಮಂಗ, ತಾಳ ಬಾರಿಸುವ ಇನ್ನೊಂದು ಮಂಗ, ಆಹಾ! ಹಳ್ಳಿಯವರಾದ ನಮಗೆ ಇವೆಲ್ಲವುಗಳ ಪರಿಚಯವಾದ್ದು ಇಂಥ ಸಂತೆಗಳ ಮೂಲಕವೇ ಅಲ್ಲವೇ?

ಶಶಿ ತರೀಕೆರೆಯವರದೂ ಇಂಥದೊಂದು ಬೆರಗಿನ ಲೋಕ; ಅವರೀಗ ಅರೆ ಹಳ್ಳಿ ಅರೆ ಪೇಟೆಯಾದ ತರೀಕೆರೆಯಿಂದ ಮಹಾನಗರ ಬೆಂಗಳೂರಿಗೆ ಬಂದಿದ್ದರೂ ತಮ್ಮ ಮುಗ್ಧ

ನೋಟವನ್ನು ಇನ್ನೂ ಬಿಟ್ಟುಕೊಟ್ಟಿಲ್ಲ. ತರೀಕೆರೆಯಿಂದ ಬೆಂಗಳೂರನ್ನು ಕಲ್ಪಿಸಿದಂತೆ ಅವರು ಬೆಂಗಳೂರಿನಲ್ಲಿ ತರೀಕೆರೆಯನ್ನು ಕಾಣುತ್ತಾರೆ. ಇಂದಿನ ಹಲವು ಕನ್ನಡ ಕವಿಗಳ ಸಾಮಾನ್ಯ ಸ್ಥಿತಿ ಇದು. ಇಲ್ಲಿರಲಾರೆ, ಅಲ್ಲಿಗೆ ಹೋಗಲಾರೆ. ಇದೊಂದು 'ಅಚ್ಚರಿಯ ಸಂತೆ' ಇದರಲ್ಲೊಂದು 'ವಿಷಾದ'ವೂ (ರೆಫರೆನ್ಸ್: 'ಕಾಲು ಕೆಜಿ ವಿಷಾದ' ಎಂಬ ಹೆಸರಿನ ಒಂದು ಕವನ) ಇದೆ.

ಹೌದು, ವಿಷಾದ. ಜೇಮ್ಸ್ ಜಾಯ್ಸನ ಸಣ್ಣ ಕತೆ 'ಅರಬಿ'ಯನ್ನು ನೆನೆದುಕೊಳ್ಳಿ. ದೊಡ್ಡವರನ್ನೂ ಮಗುವಾಗಿಸುವ ಕತೆ ಅದು. ("ಡಬ್ಲಿನರ್ಸ್" ಸಂಕಲನದಲ್ಲಿ ಬರುತ್ತದೆ.) ಡಬ್ಲಿನ್‌ನ ಒಂದೆಡೆ ಒಂದು ಸಂತೆ ಬಂದಿರುತ್ತದೆ, 'ಅರಬಿ' ಎಂಬುದು ಅದರ ಹೆಸರು. ಒಬ್ಬ ಹುಡುಗ ತಾನು ಮೆಚ್ಚುವ ನೆರೆಯ ಹುಡುಗಿಗೋಸ್ಕರ ಏನಾದರೂ ಉಡುಗೊರೆ ತರಬೇಕು ಅಂದುಕೊಂಡು ಅಲ್ಲಿಗೆ ಹೋಗುತ್ತಾನೆ. ಮಾವ ಕುಡಿದು ಮನೆಗೆ ಮರಳಲು ತಡವಾಗಿ ಅವನ ಕೈಯಿಂದ ನಾಕು ಕಾಸು ಸಿಗಲು ಹೊತ್ತಾದ ಕಾರಣ, ಹುಡುಗ ಸಂತೆಯ ಜಾಗ ತಲಪಿದಾಗ ರಾತ್ರಿ ಹತ್ತು ಗಂಟೆ. ಸಂತೆ ಮುಚ್ಚುವ ಸಮಯ, ಹೆಚ್ಚಿನ ಅಂಗಡಿಗಳೂ ಮುಚ್ಚಿರುತ್ತವೆ. ತೆರೆದಿರುವ ಒಂದೇ ಒಂದು ಅಂಗಡಿಯಲ್ಲಿ ಅವನಿಗೆ ಸ್ವಾಗತವೇನೂ ಸಿಗುವುದಿಲ್ಲ. ಅಲ್ಲಿನ ಹೆಣ್ಣಿನ ಹದ್ದಿನ ಕಣ್ಣು ಅವನ ಮೇಲಿರುತ್ತದೆ. ಹುಡುಗ ಏನನ್ನೂ ಕೊಳ್ಳುವುದಿಲ್ಲ. ಅಷ್ಟರಲ್ಲಿ ಸಂತೆಯ ಬೆಳಕುಗಳು ಆರುತ್ತವೆ. ಹುಡುಗನಿಗೆ ಸಿಟ್ಟು ಮತ್ತು ಅಳು. ವಿಷಾದವೆಂದರೆ ಇದುವೇ ಅಲ್ಲವೇ? 'ಕಾಲು ಕೆಜಿ ವಿಷಾದ' ಇಡೀ ಕವನ ಸಂಕಲನದಲ್ಲಿ ನನಗೆ ಹೆಚ್ಚು ಇಷ್ಟವಾದ ಕವನಗಳಲ್ಲಿ ಒಂದು.

ಮರೆಯುವ ದಾರಿಯಿದು
ಯಾರೂ ನೆನಪಿಡುವುದಿಲ್ಲ
ಎದ್ದಿದ್ದು ಎಡವಿದ್ದು ಬಾಚಿಕೊಂಡಿದ್ದು
ಎಲ್ಲಾ ಇಲ್ಲಿ
ದಾಖಲಾಗುತ್ತಿಲ್ಲ
ಅದಕ್ಕಾಗಿಯೇ ಏನೋ ಜನರೆಲ್ಲಾ
ತೂಕಡಿಸುತ್ತಾ ನಿಂತಿದ್ದಾರೆ
('ಕಾಲು ಕೆಜಿ ವಿಷಾದ')

ಹೀಗೆ ಆರಂಭವಾಗುತ್ತದೆ. ಇದೊಂದು ಶಶಿಯವರ ಪ್ರಾತಿನಿಧಿಕ ಸ್ಟಾಂಜಾ. ದಾರಿ, ತೂಕಡಿಸುತ್ತಾ ನಿಂತಿರುವ ಜನ, ಅದರ ಕಾರ್ಯ ಕಾರಣ ಸಂಬಂಧ ಅಬ್ಸರ್ಡ್. ದಾರಿ: ಮರೆತುದು, ನೆನಪಿಡದ್ದು, ಎದ್ದುದು, ಎಡವಿದ್ದು, ಬಾಚಿಕೊಂಡದ್ದು, ಆದ್ದರಿಂದ ಅಲ್ಲಿ ಜನ ತೂಕಡಿಸುವುದು. ಜಗತ್ತೇ ಹೀಗೆ ಇದೆ, ಹೀಗೆಯೆ ಇರುವುದೆ? ಇಂಥ ಇನ್ನಿತರ ವಿಷಾದಗಳನ್ನು ಮುಂದಿನ ಸ್ಟಾಂಜಾಗಳು ಹೇಳುತ್ತವೆ. ಯಾಕೀ ವಿಷಾದ ಕಾಲು ಕೆಜಿ? ಯಾಕೀ ಹುಸಿ ನಿಖರತೆ? ಅಳೆಯಲಾರದ್ದನ್ನು ಅಳೆಯುವ ವಿಧಾನ? 'ಪಾವು ಕಿಲೋ ಗುಬ್ಬಿ' ಎಂಬ ಇನ್ನೊಂದು ಕವಿತೆ, 'ಹಕ್ಕಿಯ ಭಾರ' ಎಂಬ

ಮತ್ತೊಂದು ಕವಿತೆ, 'ಇಬ್ಬನಿ ಗೇಟ್' ಎಂಬ ಮಗುದೊಂದು ಕವಿತೆ. ಅಸಾಧ್ಯತೆಯ ಪ್ರತಿಮೆಗಳನ್ನು ನೀಡುವ ಛಲ ಈ ಕವಿಗೆ. ಗೊಸಾಮರ್‌ನಿಂದ ಕೋಟೆ ಕಟ್ಟಿದಂತೆ. ಅಸಂಗತ ವಿಷಯಗಳನ್ನು ಬಲವಂತವಾಗಿ ಹತ್ತಿರ ತರುವ ಮೆಟಫಿಸಿಕಲ್ ಕವಿಗಳ ವಿಧಾನವೂ ಹೌದು. ಸಂಕಲನವನ್ನು ಓದುತ್ತ ನನಗೆ ಪಿ. ಲಂಕೇಶರ ನೀಲು ಕವಿತೆಗಳ ನೆನಪಾಗುತ್ತಿರಲು, ಲೋ ಏಂಡ್ ಬಿಹೋಲ್ಡ್, 'ಲಂಕೇಶ್ ಬಂದಿದ್ದರು' ಎಂಬ ಪದ್ಯವೇ ನನಗೆ ಎದುರಾಗಿದೆ! ನಿಜ, ಪ್ರತಿ ಕವಿಯೂ ಹಿಂದಿನ ಅಥವಾ ಸಮಕಾಲೀನ ಕವಿಗಳಿಂದ ಏನನ್ನೋ ಪಡೆದುಕೊಂಡಿರುತ್ತಾನೆ. ಇದಕ್ಕೆ ಯಾರೂ ಹೊರತಲ್ಲ. ಶಶಿಯವರು ಲಂಕೇಶರ ನೀಲುವಿನಿಂದ ಅದೇನೋ ನವಿರಾದ ನೆನಪುಗಳನ್ನು ಪಡೆದಿರಬಹುದು.

ಆದ್ದರಿಂದಲೇ 'ಲಂಕೇಶ್ ಬಂದಿದ್ದರು' ಬರೆಯದೆ ಇರುವುದು ಅವರಿಂದ ಅಸಾಧ್ಯವಾಗಿತ್ತು. ಕವಿ ಲಂಕೇಶರನ್ನು ಮನೆಯೊಳಕ್ಕೆ ಕರೆಯುತ್ತಾರೆ, ಅವರು ಇತರರನ್ನೂ ಬರಹೇಳುತ್ತಾರೆ. ಇದೊಂದು ವ್ಯಾಪಕ ಸಂಕೇತ ಎಂದು ನನಗನಿಸುತ್ತದೆ. ಇಷ್ಟು ಹೇಳಿ, ಶಶಿಯವರ ಕಾವ್ಯ ಜೀವನಕ್ಕೆ ಶುಭಾಶಯ ಹಾರೈಸುತ್ತ ನಾನು ನನ್ನ ಯಥಾಸ್ಥಾನವನ್ನು ಸೇರಿಕೊಳ್ಳುತ್ತೇನೆ.

***

ಕೊನೆಯ ಮಾತು:
ನಾನು ಮುನ್ನುಡಿ ಬರೆದಾಗಲೆಲ್ಲ ಜನ ಪುಸ್ತಕವನ್ನು
ಮೆಚ್ಚುವುದು, ಮುನ್ನುಡಿಯನ್ನು ಚಚ್ಚುವುದು
ನಡೆದುಕೊಂಡು ಬಂದಿದೆ. ಈ ಸತ್ಸಂಪ್ರದಾಯ
ಮುಂದುವರಿಯಲಿ. ಯಾಕೆಂದರೆ ಜನ ಎರಡನ್ನೂ
ಓದಿದ್ದಾರೆ ಎಂದು ಇದರ ಅರ್ಥ.

ಕೆ. ವಿ. ತಿರುಮಲೇಶ್
ಹೈದರಾಬಾದ್

ಅರ್ಪಣೆ

ತೊಟ್ಟಿಲಿನಲ್ಲಿ ಅಳುವ ಕಾಲು ಕೆಜಿ ಮಗುವಿಗೆ ಮುತ್ತು ಕೊಡುತ್ತಾ ನಿಂತ ಸಾವಿಗೆ

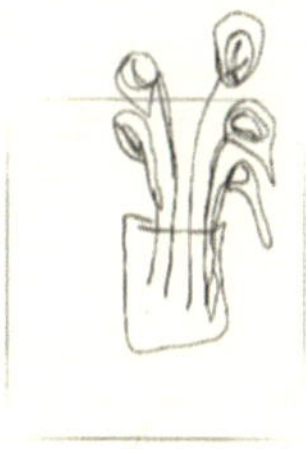

ಸಿಮೆಂಟಿನ ಆತ್ಮದಿಂದ ಅರಳಿ ನಿಂತ ಗುಲಾಬಿ

ನಾನು ಮಲಗಿದ್ದೇನೆ. ಎಚ್ಚರವೂ ಇರದ ಭಂಗಿಯಲ್ಲಿ. ಅಮ್ಮ ಎಂದರೆ ಕರೆಸಿಕೊಳ್ಳುವ, ಅಜ್ಜಿ ಎಂದರೂ ಕರೆಸಿಕೊಳ್ಳುವ ಗಿಡ್ಡ ತೋಳಿನ ನೆರಿಗೆ ಇರದ ಸೀರೆ ತೊಟ್ಟ ಅವಮಾನಿತಳು, ದಮನಿತಳು, ಕಳಂಕಿತಳು ಇನ್ನೂ ಏನೇನೋ ಆದ ಆಗಿದ್ದ ಅವಳು ನನ್ನ ಎಬ್ಬಿಸಿ ನಿಲ್ಲಿಸಿದಳು. ನಾನು ಅದೆಷ್ಟು ಚಳಿಯಿಂದ ಥರಥರ ನಡಗುತ್ತಿದ್ದೆ ಎಂಬುದು ಅವಳನ್ನು ತಬ್ಬಿದ ಮೇಲೆಯೇ ಗೊತ್ತಾಗಿದ್ದು. ಆ ಗುಮ್ಮನಂತ ಚಳಿಯಲಿ ನನ್ನ ಹೊಕ್ಕಳ ಬಳ್ಳಿ ಅವಳ ಹೊಕ್ಕಳಿಗೆ ಬೆಸೆಯಿತೇನೋ ಎನ್ನುವ ಮಟ್ಟಿಗೆ ನನ್ನ ಆವರಿಸಿದ್ದ ಕ್ರೂರ ಚಳಿ ಅವಳಿಗೆ ಸೇರಿ ಹೋಯಿತು. ಅವಳಲ್ಲಿ ಅಡಗಿದ್ದ ಅವಶೇಷಗಳ ಕವಿತೆಗಳ ಗಂಟು ನನಗೆ ವರ್ಗವಾಯಿತೇನೊ. ನಾನು ಅಂದಿನಿಂದ ಕವಿತೆ ಬರೆದೆನ, ಯಾರೋ ನನ್ನ ಕೊರಳ ಪಟ್ಟಿ ಹಿಡಿದು "ನಿಮ್ಮಪ್ಪ ಎಲ್ಲಿ" ಎಂದು ಕೇಳಿದಾಗ ಕವಿತೆ ಬರೆದೆನ, ವಾರಿಗೆಯ ಹುಡುಗ ಹುಡುಗಿಯರೆಲ್ಲಾ ಶಾಲೆಗೆ ಹೋಗುವುದನ್ನು ಅಳುತ್ತಾ ನೋಡಿ ನಾನು ಇವಳ ಜೊತೆಗೆ ಶಾಲೆಯ ದಾರಿಯಲ್ಲಿ ನಡೆಯುವಾಗ ಕವಿತೆ ಬರೆದೆನ, ಎಲ್ಲವೂ ಅಸ್ಪಷ್ಟ. ಅವಳು ಸತ್ತ ಮರುಕ್ಷಣ ನಾನು ಬರೆದಿದ್ದು ಒಂದು ಮೀಡಿಯಂ ಸೈಜಿನ ಕವಿತೆಯನ್ನೆ, ಅದು ಯಾರದೋ ತಿಥಿ ಕಾರ್ಡಿನಲ್ಲಿ; ತದನಂತರ ಅವಳ ಗೋರಿ ಮೇಲೆ ಬರೆದಿದ್ದು "ನೀನೊಂದು ಜೀವಂತ ಕವಿತೆ" ಎಂಬ ಸಾಲನ್ನೆ.

ನನಗೆ ಪ್ರಾಯಶಃ ನೆನಪಿಲ್ಲ. ಕಿಟಕಿಯೂ ಸಿಗದ ಎತ್ತರದ ವಯಸ್ಸಿನಲ್ಲಿ ನಾನು ಎರಡು ಕಾಲಿನ ಬೆರಳುಗಳನ್ನು ಎತ್ತರಿಸಿಕೊಂಡು ನೋಡಿದ್ದೆ. ಅದು ಸರ್ಕಾರಿ ಆಸ್ಪತ್ರೆಯ ಗರ್ಭಿಣಿಯೊಬ್ಬಳ ಕೋಣೆಯಲ್ಲಿ ಪುಕ ಪುಕ ಎಂದು ಮಿಣುಕುತ್ತಿರುವ ಟ್ಯೂಬು ಲೈಟನ್ನು. ಆ ಬೆಳಕಿನ ಸ್ಥಿತಿ ಇತ್ತ ಆರದೇ ಅತ್ತ ಪೂರ್ಣ ಹತ್ತಿಕೊಳ್ಳದೇ ಒದ್ದಾಡುತ್ತಿತ್ತು. ಇಂತಹದೇ ವಿಷಮ ಬೆಳಕಿನ ಅಪಹರಣದಲ್ಲಿ ಒಳಗೆ ಮಲಗಿರುವ ಗರ್ಭಿಣಿಯ ಆಕ್ರಂದನ ಯಾವ ಮಟ್ಟದ್ದು ಎಂದು ಇವತ್ತಿಗೂ ಊಹಿಸಲು ಸೋಲುತ್ತೇನೆ. ಆಗ ಆ ಕ್ಷಣದಲ್ಲಿ ನನಗಾದ ಅನುಭವದಿಂದ ಹೊರಬರಲು ಜೀವಂತ ಕವಿತೆಯ ಸೆರಗನ್ನೇ ಹಿಡಿದು ಹೊರ ಬಂದ ನೆನಪು.

ಯಾವುದೋ ಮಳೆಗಾಲದ ಊರಿನ ಬಸ್ಸಿನ ಟಿಕೇಟುಗಳ ಹಿಂದೆ, ತಿಥಿ ಕಾರ್ಡಿನಲ್ಲಿ, ಲಗ್ನ ಪತ್ರಿಕೆಗಳಲ್ಲಿ ಬರೆದುಕೊಂಡ ಕವಿತೆಗಳ ವಜನು ರಸ್ತೆ ಮಧ್ಯೆ ಸುಯ್ಯನೆ ಹಾಯುವ ಬೆಕ್ಕಿನ ಅದೃಶ್ಯ ಹೆಜ್ಜೆಗಳಿಗೆ ಸಮ ಎಂದುಕೊಳ್ಳುತ್ತೇನೆ. ಕೆಲವರು ಅದನ್ನು ಅಪಶಕುನ ಎನ್ನುತ್ತಾರೆ. ನನಗಿದು ಜೀವ ಉಳಿಸುವ ವರ್ಚಸ್ಸು. ಇಲ್ಲೇನೋ ಒಂದಷ್ಟು ಕವಿತೆಗಳನ್ನು ಅಂಟಿಸಿ, ಹೊಂದಿಸಿ ಪುಸ್ತಕದ ರೂಪದ ಮಾಯಾಪೆಟ್ಟಿಗೆಯನ್ನು ನಿಮ್ಮೆದುರು ಇಟ್ಟಿದ್ದೇನೆ. ನಿಮಗೆ ನೀವು ಸಿಕ್ಕರೆ, ನೀವು ಬೀಳಿಸಿಕೊಂಡಿದ್ದನ್ನು ಮತ್ತೆ ಮರಳಿ ಪಡೆದರೆ, ಹೊಸ ಚಹರೆ ನೋಡಿದರೆ ನಾನು ಧನ್ಯ.

ಹಾಗೆ ನೋಡುವುದಾದರೆ ಈ ಪುಸ್ತಕ ಮೊದಲೇ ಬರಬೇಕಿತ್ತು. ಆದರೆ ಎಲ್ಲಿ ಅನಾಹುತವಾಯಿತೋ ಏನೋ. ಈ ಸ್ಥಿತಿಯಲ್ಲಿಯೇ ನನ್ನ ಮೊದಲ ಕಥಾ ಸಂಕಲನ "**ಡುಮಿಂಗ**" ಬಿಡುಗಡೆಯಾಗಿ ಇತ್ತೀಚೆಗೆ "**ತಿರಾಮಿಸು**" ಎಂಬ ನನ್ನ ಎರಡನೇ ಕಥಾ ಸಂಕಲನವೂ ಹೊರಬಂದಿತು.

ಅನೇಕ ವರ್ಷಗಳಿಂದ ಕವಿತಾ ಸಂಕಲನ ತರಲು ಅಸಿಡಿಟಿ ಬಂದವರಂತೆ ಸಂತ್ರಸ್ತನಾಗಿದ್ದೆ. ಈ ಪುಸ್ತಕ ತರಲು ಸತತ ಏಳು ವರ್ಷಗಳಿಂದ ನಿರಂತರ ಪ್ರಯತ್ನ ಮಾಡಿಯೂ ಸಾಧ್ಯವಾಗದೆ ಕೊನೆಗೆ ನಾನೇ ಖುದ್ದು **"ಅಲರು ಪುಸ್ತಕ"**ದ ಮೂಲಕ ಪುಸ್ತಕ ಪ್ರಕಟ ಮಾಡಲು ಪುಷ್ಟಿ ಕೊಟ್ಟ ಬದುಕಿನ ಎಲ್ಲಾ ಅಗಚಾಟ್ಲುಮಾರಿಗಳಿಗೆ ಧನ್ಯನಾಗಿದ್ದೇನೆ. ಈ ಪ್ರಯತ್ನಕ್ಕೆ ಅವಳೂ ಸಹ ಶಹಬ್ಬಾಶ್ ಎನ್ನಬಹುದು ಎಂದು ಊಹಿಸುವೆ. ಕೆ.ವಿ ತಿರುಮಲೇಶರು ಈ ಸಂಕಲನ ತರಲು ಬಹಳಷ್ಟು ಒತ್ತಾಸೆಯಾಗಿ ನಿಂತಿದ್ದರು. ಅವರಿದ್ದ ಕಾಲದಲ್ಲಿ ಇದು ಹೊರಬರಲೇ ಇಲ್ಲ. ಅವರು ಕವಿತೆಗಳನ್ನು ಮೆಚ್ಚಿ ಬರೆದ ಮುನ್ನುಡಿಯನ್ನು ಇಲ್ಲಿ ಅಪ್ಪುಗೆಯಂತೆ ಬಳಸಿಕೊಂಡಿದ್ದೇನೆ. ಅವರು ಹೆಸರಿಸದ, ಓದದ ಹಲವು ಹೊಸ ಕವಿತೆಗಳು ಸೇರಿಕೊಂಡಿವೆ. ಪ್ರತಿ ಕವಿತೆ ಬರೆಯುವಾಗ ನನಗಾದ ಅನುಭವ ಇಲ್ಲಿ ಹೇಳಲಾಗದು. ಯಾಕೆಂದರೆ ವಿದ್ಯುತ್ ಕಂಬದಿಂದ ದುತ್ತನೆ ಕೆಳಗೆ ಬಿದ್ದ ತಂತಿಯಂತೆ ಅದು ಕವಿತೆಗಳಲ್ಲಿ ವಿದ್ಯುತ್ತಿನ ಜೀವ ಕಣಗಳಂತೆ ನೇರವಾಗಿ ಹರಿದಿದೆ. ಹಿಡಿತಕ್ಕೆ ಸಿಗುವುದಿಲ್ಲ; ಅನುಭವಕ್ಕೆ ದಕ್ಕುತ್ತವೆ.

ಈ ಪುಸ್ತಕ ಬರುತ್ತಿರುವ ಖುಷಿಯಲ್ಲಿ ನನ್ನ ಕೊರಳು ಥೇಟು ಒಂದು ಕೊಳಲಿನಂತಾಗಿದೆ. ನಾನು ಮೆಲ್ಲಗೆ ಉಸಿರಾಡಿದರೂ ಕೊಳಲು ಊದಿದಂತಾಗುವ ಹಿಗ್ಗು ನನಗಿದೆ. ನಾಲಾಯಕ್ ಕೊರಳನ್ನು ಕೊಳಲು ಮಾಡಿದ ಕವಿತೆಗಳಿಗೆ ನೂರು ವಸಂತವಿರಲಿ. ಈ ಕೃತಿಯನ್ನು **ಜಿ. ಶ್ರೀನಿವಾಸರಾಜು ಕಾವ್ಯ ಪ್ರಶಸ್ತಿಗೆ** ಆಯ್ಕೆ ಮಾಡಿದ ರಂಗನಾಥ ಕಂಟನಕುಂಟೆ ಸರ್ ಅವರಿಗೆ ಮತ್ತೂ ಈ ಸ್ಪರ್ಧೆ ಆಯೋಜಿಸಿದ ಸಂಗಾತ ಪುಸ್ತಕದ ಟಿ. ಎಸ್ ಗೊರವರ ಅವರಿಗೂ ಸಲಾಂ.

ರಿಮ್ಯಾಂಡು ಹೋಮಿನ ಮಕ್ಕಳನ್ನು ನೋಡಲು ಗುಬ್ಬಿಯೊಂದು ಹೊರಟಂತಿದೆ. ಆಹ್ವಾನಿಸಿ, ಇಲ್ಲವೆ ಮುಂದಕ್ಕೆ ಕಳಿಸಿಕೊಡಿ.

ಬದುಕು ಈಗಷ್ಟೇ ಶುರುವಾಗಿದೆ ಎಂದು ನಂಬುತ್ತಾ..

ಅಕ್ಕರೆಯಿಂದ..

ಶಶಿ ತರೀಕೆರೆ

ಕಿಡಿಗಳು

ಕಿಡಿಗಳು

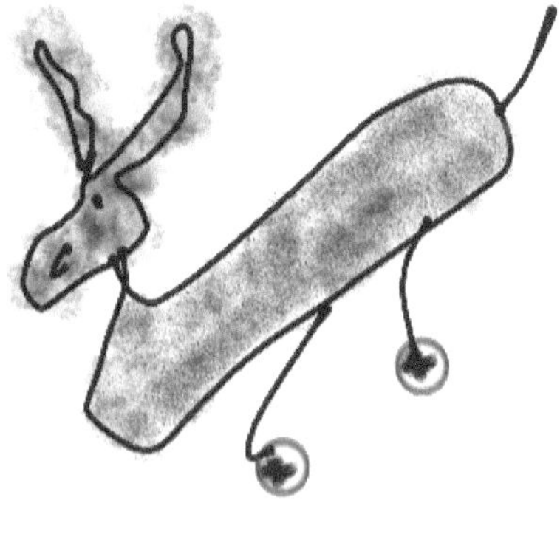

ಕಂಬನಿ ತುಂಬಿದ ಮರ

ನಾನೊಂದು ಕಂಬನಿ
ತುಂಬಿದ ಮರ
ಎಷ್ಟು ಚಂದ ಅಳುತ್ತೇನೆ
ಈಗೀಗ
ಕೆಳಗೆ ನಿಂತು ಹಾಡುವವರನ್ನು
ಸಹ ಗಮನಿಸೋದಿಲ್ಲ ನಾನು

ಪ್ರತಿ ಬಾರಿ ಎದೆ ಮೇಲೆ
ಹಕ್ಕಿ ಕೂತು
ಅಂತರಾಳ ಕೆಣಕುವಾಗ
ನಾ ಎಷ್ಟೊಂದು
ಅತಿ ದುರ್ಬಲನೆಂದುಕೊಳ್ಳುವೆ

ಒಲಿಯದ ಹಕ್ಕಿಯ
ಹೆಸರು, ಜಾತಿ, ಸಸ್ಯಾಹಾರಿಯೋ
ಮಾಂಸಾಹಾರಿಯೋ ಕೇಳದೆ
'ಧೋ' ಎಂದು ಅತ್ತುಬಿಟ್ಟೆನಲ್ಲ
ಗಾಳಿಯೋ, ಅಥವಾ ಗಂಧವೋ
ಎಲೆ ಎಲೆಯ ತಾಗುವಾಗ
ತಿಳಿಯುವುದೇನು ನನಗೆ
ಅನಾಮಿಕನೊಬ್ಬನ
ಆತ್ಮೀಯ ಅಪ್ಪುಗೆಗೆ
ಕಣ್ಣೀರ ಕೋಡಿ ಹರಿಸುವಾಗ

ಅಳಲು ಯಾರು ಕಲಿಸಿದ್ದು
ನಗಲು ಬಾರದೇನು ನನಗೆ
ಅತ್ತರೆ ಅದು ಯಾವ ಭಾಷೆ
ಬೇರೆಲ್ಲಾ ಮರಗಳು
ಯಾಕಿನ್ನು ಅಳಲು ಕಲಿತಿಲ್ಲ

ಉಸಿರು ಜೋರು ಹಿಡಿದು
ಇನ್ನೊಮ್ಮೆ ಅತ್ತುಬಿಡಲೇನು
ಜಗದೆಲ್ಲಾ
ನೋವು ತೊಳೆಯಲು

ಸಿನಿಮಾ

ಸಿನಿಮಾದೊಳಗೊಂದು ಸಿನಿಮಾ
ಕಾಣುತ್ತದೆ
ನಮ್ಮ ಕಣ್ಣಿನೊಳಗೆ ಇನ್ನೊಂದು
ಒಳಗಣ್ಣು ಕಾಣುವಂತೆ
ಎರಡು ಬೇರೆ ಬೇರೆ ಎನ್ನುವಂತಿಲ್ಲ
ಕಣ್ಣಿನ ಅರ್ಥ ಒಂದೇ ಆದರೂ
ನೋಟವೂ ಬೇರೆ

ಸಿನಿಮಾದಲ್ಲಿ
ನಾಯಕನ ಎದುರು ಖಳನಾಯಕ
ದೂರದಲ್ಲಿ ಮಿಡಿಲಂಗದ ನಾಯಕಿ
ಹಸ್ಕಿ ನಗುವಿನ ವಿದೂಷಕ
ಬಿಳಿಯ ತಲೆಗೆ ಕಪ್ಪು ರಂಗು
ಮೆತ್ತಿಕೊಂಡು ಕಿಲಕಿಲ ನಗುವ
ಅರವತ್ತರ ಪ್ರಾಯದ ಕಲಾವಿದರು

ಇಷ್ಟು ಮಾತ್ರಕ್ಕೆ ಸಿನಿಮಾ ಮುಗಿದಿಲ್ಲ
ನಾಯಕನ ಹಿಂದೆ ಕೊಡೆ ಹಿಡಿದ
ಎತ್ತರದ ಮನುಷ್ಯ ಉಳಿಯುವನು
ಕಿತ್ತಳೆ ಬಣ್ಣದ ಬೆಳಕು
ಹಾಯಿಸುವ ಲೈಟ್ ಬಾಯ್ ಈಗಷ್ಟೆ
ನಿದ್ದೆ ಹೋಗಿದ್ದಾನೆ ಎಲ್ಲ ಬಲ್ಬುಗಳನ್ನು
ಎಚ್ಚರದಲ್ಲಿಟ್ಟು

ಮೇಕಪ್ಪಿನವನು ಬಟವಾಡೆಗೆ
ಹಲ್ಲು ಗಿಂಜುತ್ತಾ
ನಿರ್ಮಾಪಕನ ಚಿನ್ನದುಂಗುರದ ಬೆರಳನ್ನೆ
ದಿಟ್ಟಿಸುವಾಗ
ಖಚಿತವಾದ ಫ್ರೇಮಿನ ಗುಂಗಿನಲ್ಲಿ
ಮುಳುಗಿದ್ದ ನಿರ್ದೇಶಕನಿಗೆ ಮತ್ತೇನೋ
ನೆನಪಾಗಿ ಸೂರ್ಯಾಸ್ತವನ್ನು ಕಂಡ ಕ್ಷಣ
"ಆಕ್ಷನ್" ಎನ್ನುವ ಸದ್ದು ಕ್ಯಾಮೆರದ
ಕಣ್ಣಿನೊಳಗೆ
ನಮ್ಮ ಕಣ್ಣಿನೊಳಗೆ ಬೇರೆಯದೆ ಸಿನಿಮಾ

ಸಿಗ್ನಲ್ ಗೊಂಬೆ

ಕೇವಲ ಅಂಗಿ ಹಾಕಿದ ಪೋರ
ಲೋಟದೊಳಗೆ
ಕಿಣಿಕಿಣಿ ಶಬ್ದ ಮಾಡುತಾ
ಟ್ರಾಫಿಕ್ಕು ಲೆಕ್ಕಿಸದೇ
ಓಡಿ ಹೋದ..!
ಸದ್ಯ ನಿಶಾನೆಯ ಗೂಟದಲ್ಲಿ
ಹಸಿರು ದೀಪ ಹೊತ್ತಿಕೊಂಡಿರಲಿಲ್ಲ

ಕಣ್ಣ ಕೆಳಗಿನ
ನಯವಾದ ಚರ್ಮ ತೇಲುವ
ಮುದುಕಿ
ಸುಸ್ತಾಗಿ ರಸ್ತೆಯ ಬದಿ
ಕೆಂಡದಂತೆ ಮಲಗಿದ್ದರೂ
ಅನಾಯಾಸ ಗಸ್ತು ತಿರುಗುವ
ವಿಮಾನದ ಮನುಷ್ಯರು
ಯಾಕೆ ಇವಳನ್ನು ಬಗ್ಗಿ ನೋಡಿಲ್ಲ

ಬಗಲಿಗೊಂದು ಕಂದು ಬ್ಯಾಗು,
ತೂಕದ ಮಷೀನಿನಂತೆ
ಭಾರವನ್ನೆಲ್ಲಾ ಸಹಿಸಿಕೊಂಡ
ಒಂದೇ ಕಾಲಿನ ಪ್ಲಾಸ್ಟಿಕು ಚಪ್ಪಲಿ
ಅಯ್ಯೋ..! ಅದಕ್ಕೆ ಉಂಗುಷ್ಟವಿರಲಿಲ್ಲ
ಹೌದೌದು ಈ ಮೊದಲೇ
ಅದೇ ಕಾಲುಗಳನ್ನು ಬೇರೆ ಬೇರೆ
ರಸ್ತೆಯಲ್ಲಿ ನೋಡಿದ ನೆನಪು

ವೃದ್ಧಾಶ್ರಮದಿಂದ
ತಪ್ಪಿ ಹೋದ ಜೀವವೆಂದು
ಟ್ರಸ್ಟಿನವರು ಜಾಹೀರಾತು ಹಾಕಿದ್ದು
ಇದೇ ಮುದುಕಿಯದಲ್ಲವೇ..!

ಗರಂ ಚಹಾ ಕುಡಿಸಿ
ಎಷ್ಟು ಕಾಲ ನಡೆಸಬಲ್ಲನು
ಅಂಗಿ ಹಾಕಿದ ಪೋರ
ಈ ಮುದುಕಿಯನ್ನು

ಅವಳ ಬಾಗಿದ ಬೆನ್ನಿನ ದೋಣಿ
ಈಜುತ್ತಾ ದಡ ತಲುಪುವಷ್ಟು
ಅಥವಾ ಮುಂದಿನ ರಸ್ತೆಯವರೆಗೂ..!

ಹೊರಗೆ ಮಳೆ ಮತ್ತು ರಾಖಿ

ಒಲೆಯ ಮೇಲೆ ಖಾಲಿ ಪಾತ್ರೆ ಇಟ್ಟು
ಮೂಲೆಗಿದ್ದ
ಬಟನ್ ಕೊಡೆ ಹಿಡಿದು
ಮಣ್ಣಿನ ರಸ್ತೆಯ ಶೆಟ್ಟರಂಗಡಿಗೆ
ಉಪ್ಪು ತರಲು
ಹೋಗಿದ್ದಾಳೆ ಅಕ್ಕ

ಅಗ್ಗಿಷ್ಟಿಕೆಗಾಗಿ
ಮಹಾ ಪ್ರೇಮಿಯಂತೆ
ಕಾಯುತ್ತಿದೆ
ಅವಳೇ ಸಾಕುತ್ತಿರುವ ಬೆಕ್ಕು ರಾಖಿ
ಚಳಿಗೆ ನಡುಗುತ್ತಾ ಪಾಪ..!

ಅಕ್ಕ ಸುಮ್ಮನೆಯಾದರೂ
ಒಲೆ ಹಚ್ಚಿ ಹೋಗಬಾರದಿತ್ತೆ..?

ಅಕ್ಕ ತವರು ಸೇರಿ
ಎಷ್ಟು ದಶಕವಾಯಿತು
ರಂಗೋಲಿಯ ಹೆರಿಗೆಗೆಂದು
ಬಂದವಳು ಇಲ್ಲಿಯೇ ಉಳಿದಳು
ಆಮೇಲೆ ನನ್ನದೇ ಅಂಗಿ ಹಾಕಿ
ಹೂ ಕಟ್ಟೋದು
ಬೀದಿ ಮಕ್ಕಳಿಗೆ ಗಣಿತ ಹೇಳಿಕೊಡೋದು
ಅಮ್ಮನ ಜೊತೆ ಸೇರಿ
ಮೆಲ್ಲಗೆ ಖಾಯಂ ದರ್ಜೆಯಾಗಿಬಿಟ್ಟಳಲ್ಲ..!

ಅಕ್ಕಿ ಹಿಟ್ಟಿನ ಹಪ್ಪಳ
ಸುಡಲು ಹೋಗಿ
ಅಕ್ಕನ ಬೆರಳ ತುದಿಗೆ ಹಾನಿಯಾದಾಗ
ಇದೇ ರಾಖಿ
ಹೇಗೆ ನೆಕ್ಕಿದ್ದ ಅವಳ ಕಾಲುಗಳನ್ನು
ತಾನೇ ವಿಮೋಚನೆ ಮಾಡುವನಂತೆ

ರಾಖಿಯ ಹೊಟ್ಟೆ ಭಾಗದ
ಕೂದಲೆಲ್ಲಾ ಉದುರಿ
ಚಹಾ ಬಣ್ಣದ ತ್ವಚೆ ಕಾಣುವಾಗ

ಇವಳು ಸಹ
ಉಣ್ಣದೆ ಎದ್ದು ಬಿಡುತ್ತಿದ್ದಳು

ಅಮ್ಮ ಸತ್ತಾಗ
ಅಕ್ಕ ಬಿಗಿಯಾಗಿ ಅಳಲಿಲ್ಲ
ಹೇಗಿದ್ದಳೋ ದುಃಖಿಸದೇ
ಯಾರಿಗೂ ಕಾಣದಂತೆ
ಅತ್ತು ಯಾವ
ಜಲಪಾತ ತುಂಬಿಸಿದಳೋ ಗೊತ್ತಿಲ್ಲ

ಯಾಕಿನ್ನು ಬಂದಿಲ್ಲ
ಅಕ್ಕ
ಜೋರು ಗಾಳಿ ಮಳೆಗೆ
ಅವಳ ಬಟನ್ ಕೊಡೆ
ಹಾರಿ ಹೋಯಿತೋ ಏನೋ..!
ಅರೇ....! ರಾಖಿ ಎಲ್ಲಿ ಹೋದ
ಅವಳನ್ನೆ ಹುಡುಕಿ ಹೋದನೇ..

ಖರ್ಜೂರ

ಈ ರಾತ್ರಿ ಕೊಂಚ
ನೀಳವಾಗಿರಲಿ
ಸಪೂರವಾಗಿರಲಿ ಬೇಕೆಂದಾಗ
ಬಳ್ಳಿಯಂತೆ ಮೈ ತುಂಬಾ
ಸುತ್ತಿಕೊಳ್ಳಬಹುದು

ಬೇಡವಾದ ಕನಸಿನಲ್ಲಿ
ಮೂಗು ತೂರಿಸಿದ ಶಾಪಕ್ಕೆ
ನಿದ್ದೆಯೆಂಬುದಿಲ್ಲ ನನಗೆ
ಈಗ ಮುಲಾಮು ಹುಡುಕಲು
ನಾನು ಹಕೀಮನ ಬಾಗಿಲಿಗೆ
ಹೋಗಲಿದ್ದೇನೆ
ಅವನ ಔಷಧಿ ಕೊಂಚ
ಸಿಹಿಯಾಗಿರಲಿ

ನನ್ನ ಪ್ರತಿರಾತ್ರಿಯ ಮುಖಾಮುಖಿ
ಅಗ್ಗಿಷ್ಟಿಕೆಯ ಎದುರು
ಎರಡು ಬೆಕ್ಕುಗಳು
ಜಗಳ ಮಾಡಿಕೊಂಡಂತೆ
ಅಲ್ಲಿ ಪುಟಿದೆದ್ದ ಚೀತ್ಕಾರದ ಸದ್ದು
ನನ್ನಾತ್ಮದ ಹೊಯ್ದಾಟದಂತೆ

ಯೋಚಿಸುತ್ತೇನೆ ನಾನು
ಹಕೀಮನ ವೀರ ಗುಂಡಿಗೆ
ಯಾವಾಗಲೂ ಎರಡು ಬಾರಿ
ಎಡವುತ್ತದೆ ಎಂದು
ಒಂದು, ನೋವು ತನ್ನೊಂದಿಗಿದ್ದಾಗ
ಇನ್ನೊಂದು, ನೋವು ಎದುರಿಗಿದ್ದಾಗ
ಇಬ್ಬರೂ ಸಂಬಂಧವಿರದ ಸಮಾನ ದುಃಖಿಗಳು

ನೆನಪುಗಳೆಲ್ಲಾ ಖರ್ಜೂರದಂತೆ
ಹಳಸಿದಷ್ಟು ರುಚಿ ಹೆಚ್ಚು
ಎಂದು ಹಕೀಮ ಹೇಳುತ್ತಾನೆ
ಖರ್ಜೂರ ಎದೆಯಲ್ಲಿ ಒಣಗಿಸುವುದೋ
ಬಿಸಿ ರಕ್ತದ ಹಬೆಗೆ ಒಡ್ಡುವುದೋ
ಸ್ಪಷ್ಟವಾಗಿ ಹೇಳುವುದಿಲ್ಲ ಬಡ್ಡಿಮಗ

ದಟ್ಟ ದಾರಿದ್ರ್ಯದ ಪರಿಮಳಕ್ಕೆ
ಪಶ್ಚಾತ್ತಾಪದ ಬೇಸಿಗೆಯಲ್ಲಿ
ಕೂಡಿಟ್ಟ ಖರ್ಜೂರಗಳೆಲ್ಲಾ
ಉರಿದು ಕಲ್ಲಿದ್ದಲಾದರೆ
ಭಂಡ ಬಾಳಿಗೆ ಏನೆಂದು
ಹೆಸರಿಡಬಹುದು
ಶತಮಾನದ ಖರ್ಜೂರ ವಂಚಿತ ಎಂದೇ..!

ಈ ವಿಷಮ ರಾತ್ರಿ
ಮತ್ತಷ್ಟು ದ್ವಂದ್ವವಾಗಿ ನಿರ್ದಯಿಯಾಗಿ
ನಿಧಾನವಾಗಿ ನಿದ್ರಾವಂಚಿತನ
ಮೆಲ್ಲಗೆ ಕೊಲ್ಲಲಿ
ಕಶೇರುಕಗಳ ಜುಜುಬಿ ವೇದನೆ
ಯಾರ ಕಿವಿಗೂ ಕೇಳದಿರಲಿ
ಹೂವುಗಳ ಪ್ರಭಾತಫೇರಿ ನನಗೆಂದೂ
ಮೀಸಲಿರಲಿ
ಹಾಗೆ ಈ ರಾತ್ರಿ ಕೊಂಚ ಸಪೂರವಾಗಿರಲಿ

ರಾತ್ರಿ ಗೆಲ್ಲುವ ಬಸ್ಸು

ಕೊನೆಯ ಶಿಳ್ಳೆ
ಹಾಕುವುದರೊಳಗೆ ಬಸ್ಸು
ಸಂತವೇರಿಯ ಸರಹದ್ದು ದಾಟಿತ್ತು
ಘಾಟಿ ರಸ್ತೆಯ ತುಂಬಾ
ಕಾಫಿ ಹೂವಿನ ಘಮ

ಎಲ್ಲಾ ಸೀಟು ಭರ್ತಿಯಾಗಿ
ಅಲ್ಲಲ್ಲಿ ಬರೀ
ತೋಳಿನಲ್ಲೆ ನಿಂತಿದ್ದಾರೆ
ಭೂಮಿ ಅಗೆದು ಬಂದ ಜನ
ಜೋಲಿ ಹೊಡೆಸುವ ತಿರುವುಗಳೊಂದಿಗೆ
ಅವರು ಹೊಂದಿಕೊಳ್ಳುವ ಪರಿ
ಸೋಜಿಗ..!

ರಾತ್ರಿ ಪಾಳಿಯ ಬಸ್ಸುಗಳು
ಯಾವಾಗಲೂ ಹೀಗೆಯೇ
ಎಲ್ಲರೂ ಉಂಡರೆ ಎಂದು
ಎಚ್ಚರವಿದ್ದು ತಾನು ಉಣ್ಣುವ
ತಾಯಿಯ ಹಾಗೆ

ನಡು ನಡುವೆ
ಯಾರೋ ಕೆಮ್ಮಿದ್ದು
ಜೀರುಂಡೆ ಪಿಸುಗುಟ್ಟಿದ್ದು
ಮೆಣಸಿನ ಬಳ್ಳಿ
ಗಾಳಿಗೆ
ಸುಯ್ಯನೆ ತೊನೆದಾಡಿದ್ದು
ಎಲ್ಲಾ ಬರೆದಿಟ್ಟುಕೊಳ್ಳುತ್ತಿದೆ
ಈ ರಾತ್ರಿ ಗೆಲ್ಲುತ್ತಿರುವ ಬಸ್ಸು

ಸಿಕ್ಕಿದಷ್ಟು ಜನರನ್ನು
ಬಾಚಿಕೊಂಡು
ಮುನ್ನುಗ್ಗುತ್ತಿರುವ ಬಸ್ಸು
ಕೊನೆಗೆ ಎಲ್ಲವನ್ನು ಬಿಟ್ಟು
ಎಲ್ಲರನ್ನು ಬಿಟ್ಟು
ಎಷ್ಟು ಬೇಗ ಹಗುರಾಗುತ್ತದೆ
ಈ ರಾತ್ರಿ ಗೆಲ್ಲುತ್ತಿರುವ ಬಸ್ಸು

ಪ್ಯೂಪಾ

ಗಾಯಗೊಂಡ ಚಿಟ್ಟೆಯೊಂದು
ಖೂನಿಯೊಬ್ಬನ ದೇಹ
ಅಂತರಿಕ್ಷಕ್ಕೆ
ಹೊತ್ತುಕೊಂಡು ಹೋಗುತ್ತಿದೆ
ಚಿಟ್ಟೆಯ ಸುಳ್ಳು ಕಾಲುಗಳಲ್ಲಿ
ಸೋರುತಿದೆ
ಕಾಡು ಹೂವಿನ ಮಕರಂದ

ಬೆನ್ನಿನ ಮೇಲೆ
ಅಂಗಾತವಾಗಿ ಪ್ರಜ್ಞೆ ತಪ್ಪಿದ
ಖೂನಿಯ
ವಿಲಕ್ಷಣ ಮೋರೆಗೆ
ಮೆಲ್ಲಗೆ ಚಿಟ್ಟೆಯ ಬಣ್ಣ
ವರ್ಗವಾಗಿ
ಅವನೀಗ ಬಣ್ಣದ ಉಲ್ಕೆ

ಚಿಟ್ಟೆಯ ಆಂಟೆನಾ
ಬೇಹುಗಾರಿಕೆ ನಡೆಸುವ ಮಂದಿಗೆ
ಸಿಗುವುದಿಲ್ಲ
ಅದರ ಬಾಚಣಿಗೆ ರೆಕ್ಕೆಗಳು
ದಿಗಂತದ ಹಂಬಲ ಬಯಸಿವೆ

ಸುರುಳಿ ದಾರದಂತೆ
ಚಿಟ್ಟೆಯ
ಸಂಯುಕ್ತ ಕಣ್ಣಿನೊಳಗೆ ಎಲ್ಲವೂ
ಋಣ ಮುಕ್ತ ಒಗಟು
ಚಿಟ್ಟೆ ಚಷ್ಮಾ ಹಾಕಿಕೊಂಡಿದ್ದರೆ
ಅದರ ಹೆಜ್ಜೆ ಇನ್ನೂ ನಾಜೂಕು

ಎಲ್ಲಿಯ ಪ್ಯೂಪಾ
ಯಾರದೋ ಹಗುರ ಗರಿ
ಚಿಟ್ಟೆಯ ಘನ ಓಟಕ್ಕೆ
ಖೂನಿಯ ನಿಸ್ಸಾರ ಭಾರ
ಕೇವಲ ಒಂದು ಎಲೆಯ ತೂಕ

ಇದರ ಮಧ್ಯೆ
ಅಕಸ್ಮಾತ್ ಏನಾದರೂ
ಖೂನಿ ಎಚ್ಚರವಾದರೆ
ಬೆಚ್ಚಗಿರುವ ಲೋಕ ಅನನುಭವಿ

ಕಪ್ಪು ಹಕ್ಕಿಯ ಉತ್ಖನನ

ಕಸದ ತೊಟ್ಟಿಯಲ್ಲಿ
ಮೊದಲು ನನ್ನ ಒಂದು ಶರ್ಟಿನ
ತೋಳು ಸಿಕ್ಕ ನಿನಗೆ
ಯಾರದೋ ಗಾಜಿನ ಬಳೆಯ
ಚೂರುಗಳು ಸಿಕ್ಕವು

ನನ್ನ ಒಂದು ತೋಳಿನಲ್ಲಿ
ನಿನ್ನೆಲ್ಲಾ ಆತಂಕ ತುಂಬಬಹುದಿತ್ತು
ಆದರೆ
ಮತ್ತೆ ನೀನು ಹುಡುಕುತ್ತಲೇ ಹೋದೆ

ಬೀದಿಯ ಕಸವನ್ನು ಉದ್ವೇಗದಿಂದ
ಅಗೆದಷ್ಟು ನಿನ್ನ ಕೈಗಳಿಗೆ
ಉಗುಳು ಹಚ್ಚಿ ಬಿಸಾಡಿದ ಜೊಂಪು ಕೂದಲು,
ಮೊಂಡಾದ ಬ್ಲೇಡುಗಳ ರಾಶಿ,
ಪ್ರಧಾನಿಗೆ ಧಿಕ್ಕಾರ ಕೂಗಿದ ಕೆಂಪು ಬ್ಯಾನರು,

ದಿಕ್ಕೆಟ್ಟ ದೇವಮಾನವನ ಪ್ರಣಾಳಿಕೆ,
ಅದರಲ್ಲಿ ಅವನು ಹಲ್ಲುಗಿಂಜುವ
ಭಂಗಿಗೆ ಮೆತ್ತಿಕೊಂಡ
ನಾಟಿ ಕೋಳಿಯ ಹಸಿ ಪುಕ್ಕಗಳು,
ಲೇಸಿಲ್ಲದ ಪುಟಾಣಿ ಶೂ ಸಿಕ್ಕ ನಂತರ
ಕಾಂತಿ ಸ್ವೀಟ್ಸ್ ಡಬ್ಬಿಯಲ್ಲಿ
ಮೈಸೂರು ಪಾಕಿನ ಸಣ್ಣ ತುಣುಕಿತ್ತು
ನೀನು ಅದನ್ನು ಸುಮ್ಮನೆ
ಎಸೆದು
ಮತ್ತೆ ಏನನ್ನೋ ಕೆದಕಲು ಶುರು ಮಾಡಿದೆ

ನಿನಗೇನು ಬೇಕಿತ್ತು..?
ನ್ಯೂಸ್ ಪೇಪರಿನಲ್ಲಿ ಸುತ್ತಿದ ಅಮಾನ್ಯಗೊಂಡ
ಐನೂರು ಸಾವಿರ ರೂಪಾಯಿಯ ನೋಟುಗಳ ಕಂತೆ,
ಫ್ರೂಟ್ ಜಾಮಿನ ದೊಡ್ಡ ಬಾಟಲಿ,
ಸಮಾರಾಧನೆಯ ಕಾರ್ಡುಗಳು,
ಹಾಲಿನ ಪ್ಯಾಕೆಟ್ಟಿನಲ್ಲಿ ಜಿನುಗುವ ಕೊನೆ ಹನಿ,
ಕಿಡಿ ಕಾರದ ತಾಜಾ ಅಗರಬತ್ತಿ ಕಡ್ಡಿಗಳು..!

ಏನನ್ನೋ ಹುಡುಕುತ್ತಿದ್ದೆ ನೀನು
ನನ್ನ ಕಿತ್ತು ಹೋದ ಒಂದು ತೋಳು ಸಾಕಿತ್ತಲ್ಲವೇ
ನಿನಗೆ ಬೆಚ್ಚಗಿರಲು
ಸುಮ್ಮನೆ ಎಲ್ಲಾ ಕೆಣಕಿಬಿಟ್ಟೆ
ನೋಡೀಗ
ಕಸದ ತೊಟ್ಟಿಯಲ್ಲಿ ನಿಲ್ಲದ ತಲ್ಲಣ
ಯಾರಾದರೂ ಬಂದು ನಿನ್ನ ಹಿಡಿವ ಮುನ್ನ
ಬೇಗ ಗರಿಗೆದರಿ ಹಾರಿ ಹೋಗು

ಸಾಂಬಾರ್ ಪುಡಿಯ ಮಹಿಮೆ

ಸಾಮ್ರಾಟ್ ಸೀಗೆಕಾಯಿ
ಪುಡಿ ತರಲು
ನೆಪೋಲಿಯನ್ ಬೆಕ್ಕನ್ನು
ಕಂಕುಳಲ್ಲಿ ಎತ್ತಿಕೊಂಡು ಹೋಗುತ್ತಿದ್ದ
ತಂಗಿಯ ಕಾಲುಗಳನ್ನು
ಅಕ್ಕ ಕಣ್ಣು ಮಿಟುಕಿಸದೆ ಕಿಟಕಿಯಿಂದ
ನೋಡುತ್ತಾಳೆ

ಮೊಣಕಾಲಿನ ಗಾಯ ತೋರುವ
ಅನಾರ್ಕಲಿ ಫ್ರಾಕು
ಬೆಕ್ಕಿನ ಹಾಲಿನ ಮೀಸೆ ತಗಲುವ
ಖೋವಾ ಕೆನ್ನೆ
ಕೆಂಪು ರಿಬ್ಬನಿನ ಜಡೆ
ಈಳಿಗೆ ಮಣೆಗೆ ಮಸೆದ ಹಲ್ಲುಗಳು
ಚಂದ ಕಾಣುವುವು ದೂರದಿಂದ

ಮೊಹಲ್ಲಾದ ಲೈಟು ಕಂಬಗಳ
ಮೈ ಸವರುತ್ತಾ
ಸರ್ವ ಋತುಗಳು
ತಂಗಿಯ ಹೂ ಪಾದ ತೊಟ್ಟ
ಅಪ್ಪನ ಎಂಟು ನಂಬರಿನ ಚಪ್ಪಲಿಯಿಂದ
ಅದಲು ಬದಲಾಗುವಾಗ
ಸವೆದ ಖಾಲಿ ರಸ್ತೆ ಕ್ಷಣ ನಿರ್ಲಿಪ್ತ

ಬೆಕ್ಕಿನ ತಲೆ ಮುದ್ದಿಸುತ್ತಲೆ
ರೊಕ್ಕಾ ತೋರಿಸುತ್ತಾ
ಪಾವಟಿಗೆಯಲ್ಲಿ ನಿಂತ ತಂಗಿ
ಸಾಂಬಾರು ಪುಡಿ ಕೇಳುತ್ತಾಳೆ
ಬೆಲ್ಲದ ಚೀಲದಿಂದ ಇಣುಕುತ್ತಾ
ಬಂದ ಸಿಹಿ ಮೂತಿಯ ಇಲಿಯ
ಕಂಡು
ಬೆಕ್ಕು ಹಾರಲೀಗ
ಕಿರಾಣಿ ಅಂಗಡಿಯಲ್ಲಿ ಸೂಕ್ಷ್ಮ ಧೂಳು
ತಂಗಿಯ ಕಣ್ಣಲ್ಲೊಂದು ಹಸಿವಿನ ಕಿಡಿ

ಅಣ್ಣಾ ಜಳಕಕಾ ಹೋಗ್ಯಾನ
ಸಾಂಬರು ಪುಡಿ ಜಲ್ದಿ ಕೊಡ್ರಿ;
ಎಂದು ಬೆಕ್ಕನ್ನು ಗದರುತ್ತಲೆ
ಚಿಲ್ಲರೆ ಮರೆತು
ತಂಗಿ ಬರುವಳು ಬೇಲಿ ಚಟಕ
ಹಕ್ಕಿಯಂತೆ!
ಬೆಂಗಾಲಿ ಮಿಠಾಯಿಗೆ ಮರುಳಾಗಿ
ಧೂಮಕೇತು ಮನೆಗೆ ಬರುವಂತೆ!

ಬಚ್ಚಲು ಮನೆಯಲ್ಲಿ
ಸಾಂಬಾರಿನ ಪುಡಿಯ ಉರಿಗೆ
ಕಣ್ಣು ಬಿಡಲಾಗದೆ
ಕಿಟಾರನೆ ಕಿರುಚುತ್ತಿದ್ದ ನನ್ನ
ಅಕ್ಕ ಓಡೋಡಿ ರಮಿಸಿದರೆ
ತಂಗಿ ದೊಡ್ಡ ಕಣ್ಣು ಬಿಟ್ಟು
ಬೆಕ್ಕಿನ ಕುತ್ತಿಗೆ ಹಿಡಿದು
ಬಾಯಿಗಂಟಿದ ರಕ್ತದ ಕಲೆ ತೊಳೆಯುತ್ತಾ
ಹಿತ್ತಲಿನಲ್ಲಿ ಸ್ನಾನ ಮಾಡಿಸುತ್ತಿದ್ದಾಳೆ

ಒಬೆಸಿಟಿ

ಹೈವೇ ರಿಪೇರಿಯಾಗುತ್ತಿರುವ
ಪಕ್ಕದ ಊರಿನಲ್ಲಿ
ನನ್ನ ಹಳೆಯ ಇಬ್ಬರು
ಪ್ರೇಯಸಿಯರಿದ್ದಾರೆ
ಒಬ್ಬಳು
ದಾಸವಾಳ ಲಂಗದ ಮೀನಾಕುಮಾರಿ
ಇನ್ನೊಬ್ಬಳು ಎಳನೀರಿನೆದೆಯ
ಬಿಂದುಮಾಲಿನಿ

ನಯ ನಾಜೂಕಿಲ್ಲದ
ಪುಟಾಣಿ ಹೈವೇಯ ಸೊಂಟ
ನೋಡಲು ಜನ ಟಿಕೆಟ್
ಕೊಳ್ಳುತ್ತಿದ್ದಾರೇನೋ ಎಂದು
ಅಂದುಕೊಂಡರೆ
ನಾ ಅಲ್ಲಿ ನಿಂತಿರುವುದನ್ನು ಕಂಡು
ಮೀನಾ "ಬೇಷರಂ" ಎಂದು ನಾಚಿದರೆ
ಬಿಂದು ತಿರುಗಿ ನೋಡದೆ ಓಡುತ್ತಾಳೆ

ಬಿಸಿಲ ದಾರಿ ಮಧ್ಯೆ ಬಾಯಾರಿ
ಇವರಿಬ್ಬರ ಮನೆಗೆ ಹೋದರೆ
ಅವರ ಗಂಡಂದಿರ ಬದಲು
ಇವರೇ ಮೊದಲು
ಪಾನಕ ಅಥವಾ ಮಜ್ಜಿಗೆಗೆ
ನಂಜು ಬೆರೆಸಿ ಕೊಲ್ಲುತ್ತಾರೆಂಬ
ಭಯದಿಂದಲೇ ನಾನು ಹೋಗುವುದಿಲ್ಲ

ನನಗೊಬ್ಬ ಶತ್ರುವಾದರೂ
ಈ ಊರಿನಲ್ಲಿ ಹುಟ್ಟಬೇಕಿತ್ತೆಂದು
ಯೋಚಿಸುವೆ
ತುರ್ತಾಗಿ ಮಿತ್ರ ಸಿಗಬಹುದು
ಶತ್ರುತ್ವ ಎಂಬುದು
ಬಲು ದುಬಾರಿ ಎನ್ನುತ್ತದೆ ಇತಿಹಾಸ

ಕೊಲ್ಹಾಪುರಿ ಚಪ್ಪಲಿ ಹಾಕುವ
ಬಿಂದುಮಾಲಿನಿಗೆ
ಸುತ್ತಿಗೆಯಂತಹ ಒಂದು ಗಂಡು ಮಗು

ನನ್ನ ಹಾಗೆ ಅವನದು
ಪೂರಾ ಹಲ್ಲು ಹುಳುಕು ಬಳುಕು
ಹಿತ್ತಲಿನಲ್ಲಿ
ನಾಲ್ಕೈದು ನಿಂಬೆ ಮರ
ಗಂಡನದು ಕುರ್ಚಿಯಂತಹ ಮೂಗು
ಅವನು ಸಹ ನನ್ನ ಹಾಗೆ ಕುಡುಕ
ಅದಕ್ಕೆ ಅವಳಿಗೆ ಕಡು ಕೋಪ

ನಿಂಬೆಯ ಶರಬತ್ತು ಕುಡಿಯಲು
ಬಿಂದುವಿನ ಮನೆಗೆ ಹೋದರೆ
ಬೇರೆಲ್ಲೋ ಹಾಲು ಕಾಯಿಸುತ್ತಾ
ನಿಂತ
ಮೀನಾ ಬರುವಳೆ ನನ್ನ ಜೊತೆಗೆ
ನಾಡ ಬಂದೂಕು ತಂದು
ನನ್ನ ಎದೆಗೆ ನುಗ್ಗಿಸುವರೆ ಗುಂಡು
ಅಥವಾ ಕೇಳುವರೆ ಇಬ್ಬರೂ
ಯಾಕಿಷ್ಟು ಸಣ್ಣಗಾದೆ ಎಂದು

ಮುರಿದು ಬಿದ್ದ ಹೈವೇ
ಬೇಗ ರಿಪೇರಿಯಾದರೆ
ಬಿಂದುವಿನ ಗಂಡನಿಗೆ ಎಂಟು
ಬಾಟಲಿ ಬಿಯರು
ಮಗನಿಗೊಂದು
ಪೋಲಿ ಕವಿತೆ ಕೊಳ್ಳುವೆ
ಹಾಗೆ ಮೀನಾಳಿಗೆ ಒಂದು ಗೊಂಚಲು
ಹಸಿಹಸಿ ನೆನಪು ಸಹ

ಅಜನಬೀ

ಮಳೆಗಾಲದ ಮೊದಲ
ಅಪರಾತ್ರಿ
ಸಿಡಿಲ ಸಂತನೊಬ್ಬ
ಮನೆಯ ಬಾಗಿಲು ತಟ್ಟಿದ

ನನ್ನ ಮನೆಗೆ ಚಿಲಕವಿಲ್ಲ
ಝಾಡಿಸಿ ಒದೆಯಿರಿ
ಎಂದೆ
ಮತ್ತೊಮ್ಮೆ ಬಾಗಿಲು ತಟ್ಟಿದ
ಮಳೆಗಾಲ ಎಂಬುದು ಹೀಗೆಯೇ
ಸಣ್ಣ ಸಣ್ಣ ಕುತೂಹಲಕ್ಕೂ
ಎದ್ದು ಹೋಗಲೇಬೇಕು

ಅಲೆಗ್ಸಾಂಡರ್ ಟಾಕೀಸಿನ
ನಿಂಬೆ ಬೆಳಕಿನ ಮೂಲೆ ಸೀಟಿನಲ್ಲಿ
ಕಾಲು ಚಾಚಿ ಕೂತ
ನನ್ನ ಬೆನ್ನಿಗೆ
ಪಾನ್ ಮಸಾಲ ಅಗಿದು ಜಗಿದು
ಕ್ಯಾಕರಿಸಿ ಉಗಿದವನು
ಮಳೆಯಲ್ಲಿ ತೋಯ್ದು ಬಂದಿದ್ದಾನೆ

ಅವನ ಸೌದೆ ಸೀಳುವ ಕಣ್ಣು
ಒಂದೆ ಸಮನೆ
ನನ್ನ ಉಗಿಸಿಕೊಂಡ ಶರ್ಟು
ಹುಡುಕಿತೇನೋ
ಕಾಲು ಮುರಿದುಕೊಂಡ ಗಡಿಯಾರ ಕಂಡಿತು
ತುಸು ನಕ್ಕು
ಒಳಗೆ ಕರೆದು
ಕಡಿಮೆ ವಾಸನೆಯ ಟವೆಲ್ ಕೊಟ್ಟೆ

ಮೊದಲ ಮಳೆಯ ಅಬ್ಬರ
ನೋಡುತ್ತಾ
ಇಬ್ಬರು ಬಾಗಿಲ ಬಳಿ
ನಿಂತೆವು
ಅಪರಿಚಿತ ಮಿಂಚು ಹಾದು ಹೋಯಿತು
ಅತಿ ಹಗುರ ಗಾಳಿ ತಂದ ಚಳಿಗೆ

ನನ್ನ ಎದೆ ನಡುಗಿ
ಒಮ್ಮೆಲೆ ಥರಥರ ಕಂಪಿಸಿತು..!

ಸುಮಾರು ಹೊತ್ತು
ಅವನು ಧೋ ಎಂದು ಸುರಿವ ಮಳೆ
ನೋಡುತ್ತಾ ಹಾಗೆ ನಿಂತಿದ್ದ
ಕೊಟ್ಟ ಕಾಫಿಗೆ ಒಂದೆರಡು ಗುಟುಕು
ಮಳೆ ಹನಿ ಬೆರೆಸಿ ಕುಡಿದ
ಆಮೇಲೆ ತನ್ನ ಬುಷ್ ಶರ್ಟಿನ
ಬದಲು
ಉಗಿದು ಕಲೆಯಾದ ನನ್ನ ಶರ್ಟನ್ನು
ತೊಟ್ಟು
ಮಳೆಯಲಿ ನೆನೆಯುತ್ತಾ ಹೊರಟು ಹೋದ
ತಿರುಗಿ ನೋಡದೆ

ಕರ್ಮಚಾರಿ

ನನ್ನ ಬಗ್ಗೆ ನಿನಗೆಷ್ಟು ಗೊತ್ತು

ನನ್ನ ಪಾಪದ ಕೊಡ ತುಂಬಿದರೂ
ನಿಯತ್ತಿನ ತಳದಿಂದ
ಇಡೀ ಯೌವನ ಸೋರಿ ಹೋಗುತ್ತದೆ
ರೊಟ್ಟಿಯ ಪ್ರಾಸ ಪದ
ಹುಡುಕಲು ಹೋಗಿ ಇಳಿ ಸಂಜೆಯ
ಹೊತ್ತಿಗೆ ಹೀಚು ಕಾಲು
ಮಧುಶಾಲೆಯ ವಾಸನೆ ಹುಡುಕುತ್ತದೆ

ನನ್ನ ಬಗ್ಗೆ ನಿನಗೆಷ್ಟು ಗೊತ್ತು

ಏನಾದರೂ ಒಟ್ರಾಶಿ ತಿಂದು
ಸಂತೆಗೆ ಹೋಗುತ್ತೇನೆ
ಬುಟ್ಟಿಯಲ್ಲಿ ಒದ್ದಾಡುವ ಮೀನು ಏಡಿಗಳ
ರಾಶಿ, ಗೋಲ ತಟ್ಟೆ, ತಕ್ಕಡಿಯ
ಏರಿಳಿತ ಕುಣಿತ ಕಂಡು
ಗಾಬರಿಗೊಳ್ಳುತ್ತೇನೆ
ಮೀನಿನ ಹೊಟ್ಟೆ ಸೀಳಿ
ಬೆರಳಿಟ್ಟು ಮಾತಾಡುವ ದಡೂತಿ ಹೆಂಗಸರ
ತೊಡೆಗಳ ಕದ್ದು ನೋಡಿ
ಕಿಸಕ್ಕನೆ ನಗುತ್ತೇನೆ

ನನ್ನ ಬಗ್ಗೆ ಅದೆಷ್ಟು ಗೊತ್ತು ನಿನಗೆ

ವಾಘ್ ಬಕ್ರಿ ಚಹಾದ
ಚರಟ ಒಣಗಿಸಲು
ನಿದ್ದೆಗಣ್ಣಿನಲ್ಲಿ ತಾರಸಿಗೆ ಬಂದರೆ
ರಾಧ
ಶೀರ್ಷಾಸನ ಮಾಡಿ
ತನ್ನ ಉಬ್ಬಿದ ಎದೆ, ನಡು ಕುಣಿಸುತ್ತಾ
ನನ್ನ ಕೆಣಕುವಳು
ನಿಜ ಹೇಳುವೆ
ತುಟಿ ಕಚ್ಚಿ ಸುಮ್ಮನಾಗುತ್ತೇನೆ
ಅವಳು ಎಲ್ಲರಿಗೂ ಹೀಗೆ ನೋಡುತ್ತಾಳೆಂದು

ಯಾವಾಗಲಾದರೊಮ್ಮೆ ಚಂದ್ರಿಕಾ
ಸೋಪಿನಲ್ಲಿ
ಮುಖ ತೊಳೆದು
ಜವಾರಿ ಮೀಸೆ ಹೀಗೆ ತಿರುವಿಕೊಂಡರೆ
ಎರಡು ಹುಬ್ಬಿನ ನಡುವೆ ಸುಳಿವ
ನಿಮೀಲಿತ ಚಂದ್ರೋದಯ
ರಾತ್ರಿ ಹನ್ನೊಂದರ ಬಳಿಕ
ಗೊರಕೆ ಹೊಡೆಯುತ್ತಾ ದಿಂಬಿಗೆ
ಜೊಲ್ಲು ಸುರಿಸಿದ ನಾನು
ಗಾಢ ನಿದ್ರೆಯಲ್ಲೂ ನಿರುಪಾಯ

ಹೇಳು ನಿನಗೆ ನನ್ನ ಬಗ್ಗೆ ಅದೆಷ್ಟು ಗೊತ್ತು

ದೂರದಿಂದ ಸಮುದ್ರ ಕಂಡರೆ
ಬೂಟು ಕಳಚಿ ಓಡುವೆನು
ಅಂಗಿ ಬಿಚ್ಚಿ ಬೀಸುತ್ತಾ
ಕಿರುಚುವೆನು
ತೀರದ ರೇತಿಯಲ್ಲಿ ಅಪ್ಪನ
ಹೆಸರು ಬರೆದು ಕೂಗುವೆನು ಧಿಕ್ಕರಿಸಿ
ಆತ್ಮ ನೀಚನೆ; ಎಂದು
ಅಳುವೆನು ದಾರಿದ್ರ್ಯದ ಬಾಲ್ಯ
ನೆನಪಿಸಿಕೊಂಡು
ಪ್ರವಾಸಿಗರ ಮುಂದೆ ಹಲ್ಲುಗಿಂಜುತ್ತಾ
ಬೇಡಿ ತಿಂದಿದ್ದನ್ನು

ನನ್ನ ಬಗ್ಗೆ ನಿನಗೆ ಅದೆಷ್ಟು ಗೊತ್ತು

ಉದ್ರಿ ತಂದ ವಿಸ್ಕಿ ಕುಡಿಯುತ್ತಾ
ಚಿತ್ತಾಲರ ಶಿಕಾರಿ ಓದುವೆನು
ಒಣಗಲು ಹಾಕಿದ
ಬಿಳಿ ಬನಿಯನ್ ತೂತಿನಿಂದ
ಹಕ್ಕಿ ಹಾರುವುದ ಕಾಣುವೆನು
ಶಬ್ದ ಮೀರಿದ ಇನ್ನೊಂದು
ಶಬ್ದ
ಯಾವುದೆಂದು ಹುಡುಕುವೆನು

ಹೇಳು ನನ್ನ ಬಗ್ಗೆ ನಿನಗೆಷ್ಟು ಗೊತ್ತು

ಅಜ್ಜಿ ಇಲ್ಲದಾಗ ಬಂದ ನವಿಲು

ನೀ ಬಂದಿದ್ದು ಗೊತ್ತಾಯಿತು
ಬಾ ಈಗ ನನ್ನೆದುರು ನಿಲ್ಲು
ಬೇಲಿಯಂಚಿನ ಹಸಿ ಮೆಣಸು ಕಚ್ಚಿದೆಯಾ
ಅದೆಷ್ಟು ತುಟಿ ಕೆಂಪಾಗಿ
ನಿನ್ನ ಕಣ್ಣ ಹನಿ ಬೆಚ್ಚಗಾಗಿ
ಒದ್ದೆ ಗಾಳಿ ಬೀಸುತ್ತಿದೆ ನನ್ನೆಡೆಗೆ

ಹೊತ್ತಾದರೆ
ಸೀಮೆ ಎಣ್ಣೆ ಸಿಗುವುದಿಲ್ಲ
ಬೇಗ ಹೋಗೆಂದು
ಅಜ್ಜಿ ಹೇಳಿದ್ದು ನಿಜ
ಈಗ ಮನೆ ಕೊಡವಿದರೂ ಕತ್ತಲು
ನನ್ನ ಕಣ್ಣಿಗೆ ಆ ಹುರಿಗಡಲೆ ಅಜ್ಜಿ
ಕಾಣುತ್ತಿಲ್ಲ
ನೀನು ಅವಳನ್ನು ಕಂಡರೆ ಕರೆಯಬೇಡ

ನೀ ಏನಾದರೂ ಸ್ವಲ್ಪ
ಬೇಗ ಬಂದಿದ್ದರೆ
ನಿನ್ನ ನೀಳ ಕುತ್ತಿಗೆ ಮುರಿದು
ಘಟವಾಣಿ ಅಜ್ಜಿ ತನ್ನ ಲಂಗದೊಳಗೆ
ಕೆಡವಿಕೊಳ್ಳುತ್ತಿದ್ದಳು ಪುಕ್ಕದ ಸಮೇತ..!
ಅವಳು ಹಾಗೆಯೇ
ಹಾದಿ ಬೀದಿಯ ಪುಳ್ಳೆ ಪುನುಗು
ತನ್ನದು ಎಂದು ಮನೆಗೆ ತರುವಂತವಳು
ಒಂದು ಕಡ್ಡಿ ಎರಡು ಮಾಡುವವಳು

ನೀನು ಹೀಗೆ ಬಂದು ಹೋಗಿದ್ದು
ಗೊತ್ತಾಗುವುದಿಲ್ಲ ಅಜ್ಜಿಗೆ
ಅವಳ ಕುಪ್ಪಸದ ಮೇಲೆ ದಟ್ಟ ಗರಿಯೊಂದನು
ಬೀಳಿಸಿ ಹೋಗು
ಹಜಾರದ ಕಸ ಸ್ವಲ್ಪ ಗುಡಿಸಿ ಹೋಗು

ಸುಮ್ಮನೆ ಒಮ್ಮೆ ಅವಳ ಗೋಲ
ಕನ್ನಡಕ ಹಾಕಿಕೊಂಡು
ಹೊರಗಿನ ಪ್ರಪಂಚ ನೋಡು
ಬೇರೆ ಹಕ್ಕಿ ಗೂಡಿನ ತುತ್ತು
ಎರಡೆರಡು ಕಾಣುತ್ತದೆ ಅದರಿಂದ

ಆಲಾಪದಿಂದ ಚಡಪಡಿಸದಿರು
ನಿನ್ನ ಬಿಕ್ಕಳಿಕೆಗೆ
ಮನೆಯಲ್ಲಿ ಸಕ್ಕರೆಯಿಲ್ಲ
ಆದರೆ ನಿನ್ನ ಹಸಿರು ಸುರಿಯುವ
ಗರಿಗಳಿಗೆ ಘನ ಕಾಡಿಗೆ ಸಿಗುವುದು
ಸೌದೆ ಸೀಳಿ ಒಲೆ ಹಚ್ಚಬೇಕು
ನನಗೆ ಒಲೆಯ ಘಾಟು ಸೇರುವುದಿಲ್ಲ
ನೀನೆ ಒಲೆಯನ್ನೊಮ್ಮೆ ಊದು

ನೀನು ಹಿತ್ತಲಿಗೆ ಹೋದರೆ
ಪಾರಿಜಾತದ ಹೂವು
ಚದುರಿದೆ ತಾರಾಮಂಡಲದಂತೆ
ನಿನ್ನ ಕಾಲಿಗೆ ಹೂವು ತಗುಲಿ
ಕಚಗುಳಿಯಾದರೆ
ಹಿಂಗಿನ ವಾಸನೆ ಬಳಸಿ ಅಡಿಗೆ ಮನೆಗೆ
ಬಾ ಮೆಲ್ಲಗೆ
ಯಾವುದೋ ಒಂದು ಪುಟ್ಟ ಡಬ್ಬಿಯಲ್ಲಿ
ಚಾಲಾಕಿ ಅಜ್ಜಿ ಬಚ್ಚಿಟ್ಟ ನಾಣ್ಯಗಳಿವೆ
ಒಂದಾದರೂ ಎತ್ತಿಕೊಡು ನನಗೆ

ಬಣ್ಣದ ಉಗುರು

ಪ್ರತಿ ಭಾನುವಾರ ರಾತ್ರಿ
ತೋರು ಬೆರಳು
ಗಾಯಗೊಂಡವಳ ಚಹರೆ
ನೆನಪಾಗುವುದು ನನಗೆ
ನೀರು ಮಜ್ಜಿಗೆಗೆ ಚಿಟಿಕೆ ಉಪ್ಪು ಬೆರೆಸಿ
ಗಲಗಲ ಕಲಕುವ ಬೆರಳು
ಯಾವುದೆಂದರೆ
ಅದೇ ಎಂದು ಊಹಿಸಿ ಹೇಳಲೆ

ಬಾಗಿಲ ಸಂದಿಗೆ ತೋರು ಬೆರಳು
ಸಿಕ್ಕಿತೋ ಏನೋ
ಬಣ್ಣದ ಉಗುರು ಡೊಂಕಾಗಿತ್ತು
ಇಡೀ ಕೈ
ಉಲ್ಟಾ ಹಿಡಿದರೆ
ಅಲ್ಲೊಂದು ಆಶ್ಚರ್ಯದ ಚಿಹ್ನೆ ಕಾಣುತ್ತಿತ್ತು

ಚದುರಿದ ಹೂಗಳನ್ನು ತಬ್ಬಿ ಹಿಡಿದು
ಸುರುಳಿ ಸುತ್ತಿ
ಗಂಟು ಬಿಗಿಯುವ,
ಊಟದ ತಾಟಿನ ಸುತ್ತಲೂ
ಚೆಲ್ಲಿದ
ಅಚರಿತ ಅಗುಳು ಆಯುವ,
ಧೂಳು ತುಂಬಿದ ಕಾರಿನ ಹಿಂದೆ
ಬೆಟ್ಟ, ಗುಡ್ಡ, ತೆಂಗಿನಮರ ಚಿತ್ರಿಸುವ
ಬೆರಳಿಗೆ ಗಾಯವಾದರೆ ಹೇಗೆ..!

ಜೂಹಿ ಚಾವ್ಲಾಳ ಫೋಟೊ ನೋಡುತ್ತಾ
ಕಬ್ಬು ಹಿಂಡುವ ಯಂತ್ರಕ್ಕೆ
ತನ್ನ ಐದು ಬೆರಳನ್ನು
ತೂರಿಸಿದ
ಸುಭಾಷನು ಸಹ ಊರಲಿಲ್ಲ
ಅವನು ಇದ್ದಿದ್ದರೆ
ಒಂದು ಸಣ್ಣ ಸರಳ ಸೋಮವಾರದಂದು
ಅವನಿಂದ ಸಾಂತ್ವನ ಹೇಳಿಸಬಹುದಿತ್ತು ಈಕೆಗೆ

ಚೂರೇ ಚೂರು ಹಸಿಯನ್ನು
ತಾಗಿಸದೆ
ಜೋಪಾನವಾಗಿ ಕಾಯ್ದಿಟ್ಟು
ಜಜ್ಜಿದ ಬೆರಳನ್ನು ಬೆಳಕಿಗೆ ನೇರ ಹಿಡಿದು
ಹಗುರ ಬಿಸಿಲಿಗೆ ಒಣಗಿಸಿಕೊಂಡ
ಅವಳ ದಾರದ ಕೂದಲಿಗೆ
ಮಾರ್ಚಿ ತಿಂಗಳ ಮೊದಲ ಭಾನುವಾರದ
ರಜೆಯಿತ್ತು
ನನಗೆ ಬರೆಯದ ಕಾಗದದ ಅಂಚಿಗೆ
ತೋರು ಬೆರಳಿನಿಂದ ಸೋರಿದ
ಸ್ವಾವಲಂಬಿ ರಕ್ತದ ಆಸರೆಯಿತ್ತು

ಅಲ್ವಿದಾ

ಬಡಗಿ ಕೆಲಸಕ್ಕೆ
ಬೇರೊಂದು ಊರಿಗೆ ಗೆಳೆಯ
ಹೊರಟು ನಿಂತಾಗ
ಹೂವು ಮಿಂಚುವಷ್ಟು
ಕೊಂಚ ಬಿಸಿಲಿತ್ತು
ಕುರಿ ಹಿಂಡನ್ನು ಗುರಾಯಿಸಿ
ಬೊಗಳಿದ ನಾಯಿಗೆ
ಬರಿಯ ಕೈಯಲ್ಲಿ ಹೆದರಿಸಿದ್ದೆ ನಾನು..!

ಕತ್ತು ಹಿಸುಕುವಷ್ಟು ಕೋಪ
ಬೆನ್ನು ತಬ್ಬಿಕೊಂಡು ಅಳುವಷ್ಟು ಸಂಕಟ
ಗೆಳೆಯನ ಬೆರಳ ಮಲ್ಲಿಗೆ ಹಿಡಿದು
ಇಡೀ ಜಗತ್ತು ಜುಜುಬಿ
ಎನ್ನುವಷ್ಟು ಉಡಾಫೆ
ರಚ್ಚೆ ಹಿಡಿದ ಹಸಿಬಿಸಿ ಕಂಬನಿ
ಒಹ್.. !
ಎಷ್ಟೆಲ್ಲಾ ರಹಸ್ಯ ಬಚ್ಚಿಟ್ಟುಕೊಂಡೆ

ಎಲ್ಲಿಂದಲೋ ಧೂಳೆಬ್ಬಿಸಿಕೊಂಡು
ಬಸ್ಸು ಬಂತು
ನನಗೆ ಮೆಲ್ಲಗೆ ಹಗುರವಾದ ಆಕ್ರಂದನ
ಗೆಳೆಯನ ದೊಡ್ಡ ಲಗೇಜನ್ನು
ಮುಟ್ಟಿ ಮುಟ್ಟಿ ನೋಡಿದೆ
ಊರಿನ ಕ್ಷೇಮ ತನ್ನೊಳಗೆ ತುಂಬಿಸಿಕೊಂಡು
ಹಾರಲಾಗದ ಉಷ್ಟ್ರ ಪಕ್ಷಿಯಂತಿತ್ತು

ಒಮ್ಮೆ ನನ್ನ ಕೈ ಚುಂಬಿಸಿ
ಹಠಾತ್ತನೆ
ಕಿಟಕಿ ಪಕ್ಕದ ಸೀಟಿನಲ್ಲಿ ಕೂತ
ಗೆಳೆಯನಿಗೆ
ಇಪ್ಪತ್ತಾರು ಹಲ್ಲುಗಳು
ಚಿಕ್ಕ ತಲೆಯಲ್ಲಿ ಮೂರು ಸುಳಿ
ಮೊಣಕಾಲಿನ ಮೇಲೆ
ಸುಟ್ಟ ನಯಾಪೈಸೆಯ ಗಾಯ
ನನಗೋ ಹದಿಮೂರು ವರ್ಷಕ್ಕೆ
ಒಂದು ದಿನ ಬಾಕಿ

ದೂರದಿಂದ ಚಮಚೆಯಂತೆ
ಕಾಣುವ ನನಗೀಗ
ಮೂವತ್ತಾದರೂ
ಪ್ರಿಯ ಗೆಳೆಯನಿಗೆ ಮಾತ್ರ ಇನ್ನೂ
ಹದಿನಾಲ್ಕು ವರ್ಷ
ಅದು ಹೇಗೆಂದು ನನಗೂ ಗೊತ್ತಿಲ್ಲ
ಮರಳಿ ಬಾರದವರಿಗೆ
ವಯಸ್ಸಾಗುವುದಿಲ್ಲ ಎಂದು ಅರ್ಥವಿರಬಹುದೇ..!

ಒಂದು ಕ್ವಿಂಟಾಲ್ ಬೆಳ್ಳುಳ್ಳಿ

ಬಾ ಈಗ ಒಂದು
ಕ್ವಿಂಟಾಲ್ ಬೆಳ್ಳುಳ್ಳಿ ಸುಲಿಯೋಣ
ಎಷ್ಟು ಹೊತ್ತು ಬೇಕು
ಉಗುರಿಗೆ ತಾಗಿದ
ಬೆಳ್ಳುಳ್ಳಿಯ ಘಮ ದಾಟಲು

ನೆಲ ಪರಚುವ ಉಗುರು
ನನಗಿದು ಸಾಕು
ನೀನು ಬೇಕಾದರೆ ಕೊಕ್ಕರೆಯ
ಮೂಗು ಬಳಸಿಕೋ
ಇಲ್ಲವಾದರೆ ಪ್ರದ್ಯುಮ್ನನ ಹಲ್ಲು
ಕಪಾಟಿನ ಒಳಗಿದೆ

ರಾತ್ರಿ ಮುಗಿಯುವ ಮುನ್ನ
ಪೂರಾ ಸುಲಿದು ಬಿಡೋಣ
ಕೆಜಿಗೆ ಇಪ್ಪತ್ತು ರೂಪಾಯಿ
ಸಿಪ್ಪೆ ನೀಟಾಗಿ ಬೇರ್ಪಟ್ಟರೆ
ಇನ್ನೊಂದು ರೂಪಾಯಿ ಹೆಚ್ಚಿಗೆ
ಒಂದು ಚಳಿಗಾಲದ ಖರ್ಚು ಮನ್ನಾ

ಏನಾದರೂ ಮಾತು ಶುರು ಮಾಡು
ಬಕ್ಕನೆ ತಿರುಳಿಗೆ ಗುದ್ದಿ
ಹದ ಮಾಡಿದ ಎಳೆಯ ಎಸಳು
ಒಂದು ಕಡೆಗೆ
ಕಿನ್ನರರಂತೆ ಕಾಣುವ ಹೋಳುಗಳು
ಇನ್ನೊಂದು ಕಡೆಗೆ
ಹಲಸಿನ ಅಂಟಿನಂತೆ ಬೆರಳಿಗೆ ಹತ್ತುವುದಿಲ್ಲ
ಇವು ಬಿಡಿ ಬಿಡಿ ಮಲ್ಲಿಗೆಗಳಂತೆ

ಉಸಿರನ್ನು ಹಾಗೆಲ್ಲ
ಒಮ್ಮೆಲೆ ಊದದಿರು
ಪುಗ್ಗೆಯಂತೆ ಹಾರುವವು ಕಳಚಿದ
ಪದರಗಳು
ಕಾಲಿಲ್ಲದ ಬೆಳ್ಳಿ ಕುದುರೆಯಂತೆ
ಹಿಡಿಯಲು ಕಷ್ಟ ಗಾಳಿಗೆ ಸಿಕ್ಕರೆ

ಪ್ಯೂಪಾ

ಉಗುರು ನೋಯ್ದು ಮೊಂಡಾಗಿ
ನೀನು ಸುಸ್ತಾದಂತೆ ಮಲಗಿ ಉಸಿರಾಡಿದರೆ
ತಿಳಿಗೊಂಡ ಸಿಪ್ಪೆಗಳ ರಾಶಿ
ನಮ್ಮ ಮೂರ್ಛೆ ಹೋದ ಕನಸುಗಳ
ಮಳೆ ತರುವುದು
ಒಮ್ಮೆ ಕಣ್ತೆರೆದು ನೋಡು
ನಮ್ಮ ಸುತ್ತ ಹಗುರಗುರ ಮೋಡಗಳು

ಸೆಕ್ಯುರಿಟಿ ಗಾರ್ಡ್

ಬಾ ಇಲ್ಲಿಗೆ
ತುಸು ಸನಿಹ ಕುಳಿತುಕೋ
ಬುರ್ಜ್ ಖಲೀಫಾ ನನ್ನೊಂದು ಕಣ್ಣಿನಲ್ಲಿ
ಬಚ್ಚಿಟ್ಟುಕೊಂಡಿದ್ದೇನೆ
ಯಾರಾದರೂ ಬಂದು ನನ್ನ ಹಿಡಿವ
ಮುನ್ನ ಸಮುದ್ರಗಳ ದಾಟು

ಇನ್ನೊಂದು ಕಣ್ಣಿನಲ್ಲಿ
ಬುರ್ಜ್ ಖಲೀಫಾ ಕಾಯುವ
ಸೆಕ್ಯುರಿಟಿ ಗಾರ್ಡ್ ನಿದ್ದೆ ಹೋದಂತೆ
ನಟಿಸಿದ್ದಾನೆ
ಅವನಿಗೂ ನಿನ್ನ ದೇಶ ತೋರಿಸು
ಬಾಯಾರಿಕೆ ಎನ್ನುತ್ತಾನೆ ಅವನು
ಸೇಂದಿ ಮಡಕೆಯ ರುಚಿ ಅಂಟಿಸು

ನನ್ನನೂ ಹಾಗೆ ಬಿಟ್ಟು ಬಿಡು
ಅಕ್ಕನ ಅಂಗೈಯಲ್ಲಿ
ಆಯಿ ಜೋಪಾನವಾಗಿಟ್ಟ
ಕಾಲುಂಗುರದ ಪುಟ್ಟ ಡಬ್ಬಿಯಲ್ಲಿ
ಹೆಪ್ಪು ಹಾಕಲೆಂದೇ ಉಳಿದ ಹಾಲಿನಲ್ಲಿ

ರಾತ್ರಿ ಹೊತ್ತು ನಾನು
ಐಸ್‌ಕ್ಯಾಂಡಿ ತರಹ ಕರಗುವೆನು
ನನ್ನ ಕಣ್ಣಿಗೆ ಪಹರೆ ಇರಲಿ
ಅಕಸ್ಮಾತ್ ಸೆಕ್ಯುರಿಟಿ ಗಾರ್ಡ್ ಎದ್ದರೆ
ನನ್ನ ಕಣ್ಣು ತೆರೆದು
ಅವನನ್ನು ಕಳಿಸಿಕೊಡು
ಇಲ್ಲವಾದರೆ
ಶಿಳ್ಳೆ ಹಾಕಿ ಜನರನ್ನು ಸೇರಿಸುತ್ತಾನೆ
ರಾತ್ರಿ ಪಾಳಿಯ ನಿಯತ್ತು ಅವನದು

ನೀ ಈಗ ಕಣ್ಣು ಮುಚ್ಚು
ಯಾಕೋ
ಬುರ್ಜ್ ಖಲೀಫಾ ಅಲುಗಾಡುತ್ತಿದೆ
ನನ್ನ ಕಂಬನಿಯ ಬಿಂದುವಿನಲ್ಲಿ
ಸೆಕ್ಯುರಿಟಿ ಗಾರ್ಡ್ ಪಾಪ ನೆನೆಯುತ್ತಿದ್ದಾನೆ..!

ಸಿಂಟಿಲ್ಲಾ ಮತ್ತು ವಿಚಿತ್ರ ಅಲೆ

ದೂರದಲಿ ಸಮುದ್ರ ತೀರ
ಅಲ್ಲಿ ವ್ಯಂಗ್ಯ ಚಿತ್ರದಂತಹ
ನೂರಾರು ಪ್ರೇಮಿಗಳು
ತುಂಡು ತುಂಡಾದ ಮೀನಿನ ಬಲೆ
ಒಂದಷ್ಟು ಆಪ್ತ ಅಲೆಗಳು ಹೊತ್ತು ತರುತ್ತಿವೆ
ಹಳೆಯ
ಮದ್ಯದ ಬಾಟಲಿಗಳ ಹೆಣ

ನೀನು ಸಿಂಟಿಲ್ಲಾ
ಹೈ ಹೀಲ್ಡ್ ಚಪ್ಪಲಿ,
ಹಳದಿ ದುಪ್ಪಟ್ಟಾ,
ದಡದಲ್ಲಿ ವ್ಯಾನಿಟಿ ಬ್ಯಾಗಿನ ಪಕ್ಕವೇ
ಗಿರವಿ ಇಟ್ಟು ಬಂದವಳು
ನಿನ್ನ ಮೂಗುತಿಯಲಿ
ಒಂದು ಹಿಡಿ ಗೊಂಚಲು ದ್ರಾಕ್ಷಿ
ಕಿವಿಗೆ ಮೆಟಲ್ ಚಂದಿರನ ಜುಮುಕಿ

ನೀ ಒಮ್ಮೆಲೆ
ನನ್ನತ್ತ ಓಡಿ ಬರುವಾಗ
ಸಮುದ್ರದ ಮೈ ಕಂಪಿಸುತ್ತದೆ
ಒಂದು ಮುಟಿಗೆ
ಹೆಚ್ಚು ಬಣ್ಣ ತಿಂದ ನಿನ್ನ ಎರಡು
ಕಾಲುಗಳ ಹೆಬ್ಬೆರಳು ಕಂಡು
ನನ್ನ ನಡಿಗೆ ದಿಕ್ಕು ತಪ್ಪುತ್ತದೆ

ಓಓಓಓಓ ಎನ್ನುತ್ತಲೇ
ಒಮ್ಮೊಮ್ಮೆ ಬರುವೆ
ಮತ್ತೊಮ್ಮೆ ದೂರದಲ್ಲೇ ನಿಂತು
ನನ್ನ ಕೆಣಕುವೆ
ಎಷ್ಟು ದಿನವಾದರೂ ಬರದೇ
ಸತಾಯಿಸುವೆ ಒಮ್ಮೊಮ್ಮೆ

ನೀ ಯಾಕೆ ಒಬ್ಬಳೇ
ಬರುವೆ ನನ್ನ ಬಳಿ
ಗೆಳೆಯನಿಲ್ಲವೇ

ಯಾರ ಹೆಸರು ಬರೆಯುವೆ
ಒದ್ದೆ ಉಸುಕಿನ ಮೇಲೆ
ನೀ ಹೀಗೆ ಬರೆಯುವಾಗ
ನಾನು ನಿನ್ನ ಬೆರಳು ತಾಕಿದರೆ
ಹೇಳು ನಾ ಯಾರು..!

ಸಿಂಟಿಲ್ಲಾ ಮತ್ತು ಬೇನಾಮಿ ಅಲೆ

ನೀ ಬಂದೆ
ನನ್ನೆದುರು ಪ್ರತಿ ಬಾರಿ
ಕೈ ಬೀಸಿ ಬರುವಂತೆ
ನಿನ್ನ ಜುಮುಕಿ ಈಗ
ತೊಳೆದಿಟ್ಟ ಗ್ರಹದಿಂದ ಬಂದ
ಬೆಳಕಿನಂತೆ

ನೀನು ಯಾರ ಕಾಣಲು
ಬರುವೆ ಸಿಂಟಿಲ್ಲಾ
ನನ್ನ ಕಾಣಲೆಂದೇ..!
ಬರ್ಕತ್ತಿಲ್ಲದ ಏಕಾಂತ ಸಂಜೆಯನ್ನು
ನಿನ್ನ ಉಂಗುರದಿಂದ
ಲೂಟಿ ಮಾಡಲೆಂದೇ..!

ಹುಣ್ಣಿಮೆಗೆ ಇನ್ನೆರಡು ದಿನ ಬಾಕಿ ನಿಜ
ನನಗೂ ಒಳಗೊಳಗೆ ಸಂಚಲನ
ಯಾಕಾದರೂ ಬೇಕು ಹೇಳು
ಈ ಅಖಂಡ ಅಂಧಕಾರ
ನೀ ಎದುರಿದ್ದಾಗ
ಚಂದಿರ ಬಾಲಗ್ರಹದ ಖನಿಜ

ಒಂಟಿಯಾಗಿ ಯಾಕೆ
ದಿಟ್ಟಿಸುವೆ ದಿಕ್ಕೆಟ್ಟ ನೌಕೆಯನ್ನು
ನನ್ನ ಅಂತರಾಳದ ಸಂಭ್ರಮ
ತೆರೆದಿಡಲೇನು
ನಾಚುವಂತೆ ನಿನ್ನ ಯೌವನ
ಯಾವುದೋ ಒಂದು
ಅತ್ತರಿನ ಬಿರಡೆ ಒಡೆದು ಹೋಗಿದೆ
ಸಮುದ್ರ ತೀರದಲ್ಲೊಂದು ಮಧ್ಯಾಹ್ನ

ನಿನ್ನ ಹಳದಿ ದುಪಟ್ಟಾ
ಬೆಸ್ತರ ಬಲೆಯಂತೆ ಹರಡಿ
ನನ್ನ ಪಟಾಯಿಸು
ನಾಜೂಕಿನ ನೇಯ್ಗೆಯಲ್ಲಿ ಒದ್ದೆಯಾಗುವೆ
ನನ್ನ ಬೊಗಸೆಯಲ್ಲಾದರೂ
ಹಿಡಿದು ಚುಂಬಿಸು

ನಿನ್ನ ಕೊರಳ ಮೀಟಿ ದುಃಖ ಕುಡಿವೆ
ಸುಮ್ಮನೆ ಹೋಗದಿರು
ನೌಟಂಕಿ ಗಾಳಿಯನ್ನು ನಂಬುತ್ತಾ ಅತ್ತಿತ್ತ

ಕಾಲು ಚಾಚಿಕೊಂಡು
ನನ್ನೆದುರು ಕೂತೆಯಲ್ಲ
ಸೆಳೆದುಕೊಳ್ಳಲೇನು ನಿನ್ನ
ನನ್ನೊಳಗೆ
ಸುಪ್ತ ಆಳಕ್ಕೆ ಕರೆದೊಯ್ದು
ಮುಳುಗಿದ ಜಹಜಿನಲ್ಲಿ ಒಂದೆರಡು ರೌಂಡು ಸುತ್ತಿಸಿ
ತೋರಿಸಲೇನು ಸಮುದ್ರದ ಅಂತರ್ಯ
ಬಿಟ್ಟು ಬಿಡಲೇನು ನಿನ್ನ ಪಾಡಿಗೆ ನಿನ್ನ
ಜಲಚರಗಳ ಕೆನ್ನೆಗೆ ಶೃಂಗಾರ ಹೆಣೆಯುತ್ತಾ

ಯಾಕಷ್ಟು ನೋಯುತ್ತಿರುವೆ
ನಿನ್ನ ಗೆಳೆಯ ಮುನಿಸಿಕೊಂಡನೇನು
ದಿಗಂತ ದಿಟ್ಟಿಸಿ ನೋಡಿ
ಈಗಲೇ ಕಿನಾರೆಯಿಂದ ಏಳದಿರು
ನಿನ್ನ ಮನೆಯವರೆಗೂ ನಾ ಹಿಂಬಾಲಿಸಿ
ಬಂದರೆ ಹೇಳು ನಾ ಯಾರು..!

ತುಂತುರು ಬಾಲ್ಯ

ನನ್ನನ್ನು ನಡು ನೀರಿನಲ್ಲಿ
ತೊರೆದು ಹೋದ ಅಪ್ಪನಿಗೆ
ಈಜು ಬರುತ್ತಿತ್ತು
ದೋಣಿಯ ಹುಟ್ಟು ದೂರ
ಎಸೆದು
ಉದ್ದಕ್ಕೆ ಹಾರಿಕೊಂಡ ನೀರಿಗೆ

ದೋಣಿಯ ಹುಟ್ಟಿನಷ್ಟು
ಉದ್ದವಿಲ್ಲದ ನಾನು
ದಡ ಸೇರಲು
ಚಂದಿರನನ್ನು ಕರೆದೆ
ಅಂಬಿಗನ ಹುಡುಕಿದೆ
ಅಪ್ಪನಿಗಿಲ್ಲದ ಕಿವುಡು ಅವರಿಗಿತ್ತೇ..!

ಹಗುರ ಗಾಳಿಗೆ
ದೋಣಿ ಸುಳಿಯಿತು ಇನ್ನೊಂದು
ತೀರಕ್ಕೆ
ತುತ್ತು ಕರಗದ ಗಂಟಲಿಗೆ
ನೀರು ಕಂಡೊಡನೆ ಎಷ್ಟೊಂದು ದಾಹ
ರೆಕ್ಕೆ ಬೇಕೆನಿಸಿತು ಎದೆಗೆ

ನನ್ನ ಕಣ್ಣಿನಲ್ಲಿ
ನೀರು ಬಿತ್ತಿದ ಬೀಜ
ಹೆಸರಿಲ್ಲದ ಸಾಗರವಾಗಿ ಹರಿದು
ದೋಣಿಯ ಜೊತೆ
ಅಪ್ಪನ ನೆನಪನ್ನು ಕೊಂದಿದೆ
ವಿಷ ಕಕ್ಕುವ ಅಲೆ
ಅವನ ನಿರ್ಭಾರ ಹೆಣ
ಹಸಿ ತ್ಯಾಜ್ಯದಂತೆ ತೇಲಿಸಿದೆ

ಹೇಳಲು ಏನೋ ಮರೆತೆ
ಸಾಗರದ ಅಲೆ
ಅದೆಷ್ಟೋ ಠಕ್ಕ ನೆನಪುಗಳ
ಅಳಿಸಿತು
ನಾನು ಮೊದಲು ಈಜು ಕಲಿತ ದಿನ
ಮಾತ್ರ ಅಳಿಸಲಿಲ್ಲ..!

ಒಂದು ಮೊಳಕೆ ಕಾಳು

ಮಾಗಿ ಚಳಿಯಂತಹ
ಬಾಲ್ಯದಿಂದ
ತಪ್ಪಿಸಿಕೊಂಡಿದ್ದ ಅಜ್ಜ
ನನ್ನೆದುರು ಅನಾಯಾಸವಾಗಿ
ಸಿಕ್ಕು ಬಿದ್ದಿದ್ದಾನೆ

ನಡುರಾತ್ರಿ ಬಚ್ಚಲಿಗೆ ಹೋಗಿ
ತಂಬಿಗೆ ನೀರು
ಸುರಿಯುವಾಗಿನ ಪುಳಕ
ಅವನ ನಿತ್ಯ ದಿನಗಳಲಿಲ್ಲ
ಏಕೆಂದು ಕೇಳುವವರಿಲ್ಲದೇ
ಜಗುಲಿಯಲ್ಲಿ ಒಂಟಿ ಕೂತು
ಮೊಮ್ಮಗನ ಕಣ್ಣಿನ ಪಿಸುರು ನೋಡಿ
ಹೆಕ್ಕುತ್ತಾನೆ ತನ್ನ ಕಣ್ಣಿನದೇನೋ ಎಂಬಂತೆ

ಗಾಳಿಗೆ ಉದುರುವ ಹೂವಿನ ನೆನಪು
ಹಾರ್ನು ಬಾರಿಸುವ ಟೆಂಪೋಗಳ ಲೆಕ್ಕ
ಗಂಟೆ ಕೊರಳಿನ ಜಾನುವಾರುಗಳ
ಮೇಲಿನ ನೊಣಗಳ ಭವಿಷ್ಯ
ಯೋಚಿಸುತ್ತಾ ಮರದ ಕೆಳಗೆ
ಕುಕ್ಕರಗಾಲಲ್ಲಿ ಕೂತರೆ
ರಾತ್ರಿ ತನಕ ಏಳುವುದಿಲ್ಲ ಊಟಕ್ಕೆ
ಕೈ ಸನ್ನೆಯಲ್ಲಿ ಯಾರಾದರೂ ಕರೆಯುವ ತನಕ

ಎರಡು ಕಾಲಿನ ಹಿಮ್ಮಡ ಸವೆದು
ಬಿರುಕುಗಳ ನಡುವೆ
ಅರ್ಧ ಬಟ್ಟಲು ವ್ಯಾಸಲೀನ್
ತುಂಬಿಸುವ ಗೋಜಿಗೆ ಹೋಗದೆ
ನಡೆದೇ ನಡೆಯುತ್ತಾನೆ
ಊರ ತುಂಬಾ ಹ್ಯಾಪು ಮೋರೆ
ಹಾಕಿಕೊಂಡು
ಊರ ಉತ್ಸವಕ್ಕೆ ಒಬ್ಬನೇ ಹೋಗುವಂತೆ

ಕಂಕುಳಿನಲ್ಲಿ ಕಚಗುಳಿ ಇಟ್ಟು
ಅಜ್ಜನ ಬಾಲ್ಯ ನೆನಪಿಸಲು
ಸುಡು ಬಿಸಿಲಿನಂತ ಬೆರಳು
ಹೆಣಗಾಡಿದರೂ
ಅಜ್ಜ ರೋಮಾಚಿಂತನಾಗದೆ
ಮೇಲೆದ್ದು
ರುಮಾಲು ಹುಡುಕಿ
ತಲೆ ಕೊಡವುತ್ತಾ
ಸಾಗುತ್ತಾನೆ ಹೊಸಬನಂತೆ

ಒಂದು ರೂಪಾಯಿಯ
ನಾಣ್ಯವೊಂದನ್ನು ರಸ್ತೆಯಲ್ಲಿ
ಬೀಳಿಸಿಕೊಂಡ ಮರುಕ್ಷಣವೇ
ಮನುಷ್ಯನ ಎದೆಯೊಳಗೆ
ಹುಡುಕಾಟದ ನವೆ ಯಾರಿಟ್ಟರು
ಅಜ್ಜನ ಬಾಲ್ಯ ಸಾವಿರಾರು ಅಡಿಗಳ
ಕೆಳಗೆ ಯಾರು ಹೂತಿಟ್ಟರು

ಒಂದು ಮೊಳಕೆ ಕಾಳಿನಂತೆ
ಕಾಣುವ ಅಜ್ಜ
ಮತ್ತವನ ಊರುಗೋಲು
ಎಷ್ಟು ನಿರುಪಾಯ
ಪರಮ ಚೌಕಾಶಿ ಬಾಲ್ಯದಿಂದ
ಉಜ್ಜುಗೊರಡಾದ ಹೆಗಲಿಗೆ
ಸಾಥಿ ಎಂಬಂತಿದೆ ರುಮಾಲು ದೂರದಿಂದ

ಜಪ್ತಿಯಾಗದ ಒಂದು ಚಪ್ಪಲಿ

ಹಿತ್ತಲಿನ ಮುಳ್ಳು ಬೇಲಿಗೆ
ಕಿರೀಟದಂತಿದ್ದ
ಅಪ್ಪನ ಬಲಗಾಲ ಚಪ್ಪಲಿಯ
ಮೇಲೆ
ಓತಿಕ್ಯಾತ ಕೂತಿದೆ

ಸುಮಾರು ಇಪ್ಪತ್ತು ಮಳೆಗಾಲ
ಕಂಡರೂ ಜಪ್ತಿಯಾಗದ
ಅಪ್ಪನ ಇನ್ನೊಂದು ಕಾಲಿನ
ಚಪ್ಪಲಿ
ಎಲ್ಲಿರಬಹುದೆಂದು
ಗಲಗಲ ಗಂಟಲು ಕುಣಿಸುವ
ಈ ಓತಿಕ್ಯಾತ ಊಹಿಸಬಹುದೇ

ಅಳಿಲಿನಂತೆ ಅಡಿಕೆ ಮರ
ಏರುತ್ತಿದ್ದ
ಅವನ ಕೌಮಾರ್ಯದ ಕಾಲಿಗೆ
ಒಂಬತ್ತು ನಂಬರಿನ ಚಪ್ಪಲಿ
ಹದಿನೈದು ದಿನಕ್ಕೊಮ್ಮೆ
ಗಡ್ಡದ ಚೌರ

ಶುಕ್ರವಾರದ ಬಟವಾಡೆಗೆ
ಅಪ್ಪ
ಮೇಸ್ತ್ರಿಯ ಬಳಿ
ಹಲ್ಲುಗಿಂಜುತ್ತಾ ನಿಂತಿದ್ದವನು
ರಾತ್ರಿಗೆ ಚಪ್ಪಲಿ ಕಳೆದುಕೊಂಡು
ಬೆಳಗೆದ್ದು ಹೆಂಡದ
ಅಂಗಡಿಯಲ್ಲಿ ಹುಡುಕಿ
ಒಂಟಿ ಚಪ್ಪಲಿಯೊಂದಿಗೆ ಬಂದಿದ್ದ

ನನ್ನ ಇನ್ನೊಂದು ಚಪ್ಪಲಿ
ಹುಡುಕಿಕೊಡಿ
ಹುಡುಕಿಕೊಡಿ..! ಎಂದು ಮರು ರಾತ್ರಿ
ಕನವರಿಸಿದ್ದನಂತೆ
ಕಳಿತ ಹಣ್ಣಿನ ಮೈಯ ಅಪ್ಪ

ಹೆಂಡದ ಅಂಗಡಿ ಮುಂಗಟ್ಟೆಗೆ
ಕ್ಯಾಕರಿಸಿ ಉಗಿದನಂತೆ
ಚಪ್ಪಲಿ ಇಲ್ಲದೇ
ಎರಡು ವಾರ ಹಾಗೆ ನಡೆದನಂತೆ
ದಣಿದ ಕಾಲುಗಳಲ್ಲಿ ಕೆಂಪು
ಮಣ್ಣಿನ ದಿಟ್ಟ ಠಸ್ಸೆ ಮೂಡಿತ್ತೆಂದು
ಅಕ್ಕ ಹೇಳುವಳು ಕಣ್ಣರಳಿಸಿ

ಒಂದು ಕಾಲಿನ ಚಪ್ಪಲಿ
ಕಳೆದು
ಇನ್ನೊಂದು ತಾನಾಗಿ
ಜಪ್ತಿಯಾಗುವುದಾದರೆ
ಮತ್ತೆ ಮತ್ತೊಮ್ಮೆ
ನಮಗೆ ನಾವೇ ಭೇಟಿಯಾದಂತೆ

ವಾಪಾಸು ಬಾ

ನೀನೀಗ ಟಾಕೀಸು ಕಡೆಗಣಿಸಿ
ಬಿಸಿಲಿಗೆ ಬೆಚ್ಚಿದ
ನದಿಯ ನೀರು ಕುಡಿಯದೆ
ದಣಪೆಯನ್ನು ದಾಟಿ
ಊರು ತೊರೆದು ಹೋಗುತ್ತಿದ್ದೀಯಾ..!

ನೀನು ಬೇರೆ ಊರು ಸೇರುವ
ಮುನ್ನ
ನಿನ್ನ ಬಾಯಾರಿಕೆ
ಇನ್ಯಾವುದೋ
ನದಿಯ ಸೆಳೆತಕ್ಕೆ ಸಿಕ್ಕು
ಇನ್ನೆಲ್ಲೋ ನಿನಗಾಗಿ ಜನಿಸುವುದು
ಒಂದು ಬಿಕ್ಕಳಿಕೆಯಾಗಿ ಅಥವಾ
ಉಪ್ಪು ಬೆರೆಸಿಟ್ಟ ಒಣ ಮೀನಾಗಿ

ಮತ್ತೆ ಹಿಂದಿರುಗಿ ನೋಡು
ನದಿ ನಿನ್ನನೇ ತುಂಬಿ ಕರೆಯುತ್ತಿದೆ
ಟಾಕೀಸಿನ ಹೊಸ ಪೋಸ್ಟರ್
ನಿನ್ನ ಗಮನಕ್ಕೆ ಕಾಯುತ್ತಿದೆ
ಒಮ್ಮೆ ಆದರೂ
ಕಣ್ಣು ಹಾಯಿಸಿ ಹೋಗು

ನದಿಯ ಆಳಕ್ಕೆ
ನಿನ್ನ ಹಸಿ ಬಾಯಾರಿಕೆ
ಈಗಲೇ ಬಿಟ್ಟು ಹೋಗು ಬಾ
ನದಿಯು ದಾಹದಿಂದ
ತತ್ತರಿಸಿದೆ
ನಿನ್ನ ಬಾಯಾರಿಕೆಯಿಂದ

ನೀನು ಹೀಗೆ ಬಾಯಾರಿ
ಬಸ್ಸಿನಲ್ಲಿ ನಿದ್ದೆ ಹೋದಾಗ
ನಿನ್ನ ತುಟಿ ಕಂಪಿಸಿ
ಕೊರಳು ಉಬ್ಬುವಾಗ

ಈ ಊರು
ಆತಂಕದಲ್ಲಿ ಅತ್ತಿಂದಿತ್ತ
ಹೊಯ್ದಾಡುತ್ತದೆ
ಥೇಟು ಆಯಿ ನಿನ್ನ ಕಳೆದುಕೊಂಡಂತೆ

ಇಡೀ ಲಗೇಜಿನ ನಿಗಾ
ಬೇರೊಂದು ಊರು ವಹಿಸಲಿ
ಈ ದಟ್ಟ ದಣಪೆ
ಹಾಲಿನ ಜಿಡ್ಡು ಪಾತ್ರೆಯಂತಹ
ನಿನ್ನ ಮೈ ಬೆಚ್ಚಗಿಡುತ್ತದೆ

ವಾಪಾಸು ಬಾ
ಎಲ್ಲವನ್ನೂ ಒಮ್ಮೆ ನೋಡಿ ಹೋಗು

ವಾಪಾಸು ಬಾ
ನಿನ್ನ ಹಸಿ ಬಾಯಾರಿಕೆ
ಈ ನದಿಯಲ್ಲಿ ಬಿಟ್ಟು ಹೋಗು
ದಣಪೆಯನ್ನು ಒಮ್ಮೆ ಮುಟ್ಟಿ ನೋಡು
ಬಾಯಾರಿ ಹೋಗಬೇಡ ಬಾ
ನದಿಯ ದಾಹ ಹೆಚ್ಚಾಗುವುದು

ಫಾತಿಮ

ಜಾಣ ಪ್ರಿಯತಮನಿಗೆ
ನನ್ನ ಎದೆಯ ಸುಕ್ಕು ಕಾಣತೊಡಗಿದೆ
ಅದನ್ನು ನಾನು ಮುಚ್ಚಿಡುವುದಿಲ್ಲ
ಆದರೆ ಅವನು ಕದ್ದು ನೋಡಿ
ಈಕೆಗೆ ವಯಸ್ಸಾಯಿತು ಎಂದು
ಹೇಸಿಗೆ ಪಟ್ಟುಕೊಳ್ಳುತ್ತಾನೆ

ಮೊದಲೆಲ್ಲಾ ಅವನ ಕಿರುಬೆರಳು
ಕಿಬ್ಬೊಟ್ಟೆಯ ಮೇಲೆ
ಗಿರಕಿ ಹೊಡೆಯುತ್ತಾ
ಕತ್ತಲಿನಲ್ಲಿ ಮಿಂಚುತ್ತಿದ್ದ ನನ್ನ ನಡು
ಭಾಗದಲ್ಲಿ ಮಿಂದು
ಬೆನ್ನಿನ ಇಳಿಜಾರಿನಲ್ಲಿ ಕರಗುತ್ತಿತ್ತು
ಆದರೀಗ ಪ್ರಿಯತಮ
ಬೆಚ್ಚಗಿನ ಹಾಸಿಗೆಯಲ್ಲಿ ಮುಖ ತಿರುವಿ
ತನ್ನ ಬೆನ್ನು ತೋರುತ್ತಾನೆ

ಯೌವನದಲ್ಲಿದ್ದ ನನ್ನ ಕಣ್ಣಿನ ಕುಸುಮ
ಬಾಡಿ ಹೋಯಿತೇ ಎಂದು
ಕನ್ನಡಿಯಲ್ಲಿ ಹುಡುಕುತ್ತಾ
ನಿಲ್ಲುತ್ತೇನೆ
"ನಿನ್ನ ಕಣ್ಣಿನಲ್ಲಿ ಹೂವೇ ಇರಲಿಲ್ಲ"
ಎಂದು
ಮೆಲ್ಲಗೆ ಎದುರಿದ್ದ ಆತ್ಮ ಚೀರುತ್ತದೆ

ಇತ್ತೀಚೆಗೆ ಸಣ್ಣ ಸಣ್ಣ ಮಾತಿಗೂ
ರೇಗುತ್ತಾನೆ ನನ್ನ ಸಖ
ಮುಪ್ಪಾದ ನನ್ನ ಮುಖ, ಕೋಲು ನಿತಂಬ
ಕಂಡೊಡನೆ
ತನ್ನ ಕಣ್ಣನ್ನು ಹುದುಗಿಸುತ್ತಾನೆ
ಯಾರದೋ ಜೊತೆ ರಾತ್ರಿ
ಗಂಟೆ ಹನ್ನೆರಡಾದರೂ ಹರಟುತ್ತಾನೆ
ನನಗೆ ದುಃಖ ಉಮ್ಮಳಿಸಿ ಅಳು ಬಂದರು
ಇದು 'ಸಹಜ' ಎಂದು ನಕ್ಕು ಹಗುರಾಗುತ್ತೇನೆ

ಥೈರಾಯಿಡ್ ಬಂದು
ಗಂಟಲುಬ್ಬಿ
ಬಾಯಾರಿ ಕರುಳು ಹಿಂಡುವಾಗ
ನಂಬಿಕಸ್ಥ ಪ್ರಿಯತಮ
ತನ್ನ ಹಣ್ಣಾದ ಕೂದಲಿಗೆ ಬಣ್ಣ ತುಂಬುತ್ತಾನೆ
ಆಗ ನಾನು
ನನ್ನ ಕಳೆದ ತುಂಬು ಪ್ರಾಯವನ್ನು
ಮತ್ತೆ ಮತ್ತೆ ಕೈ ಮುಗಿದು ಕರೆಯುತ್ತೇನೆ

ಪ್ರಾಯ ಎಂಬುದು
ನಿಯತ್ತಿಲ್ಲದ ನಾಯಿ
ಎಷ್ಟು ಕೂಗಿದರೂ ಬರದೇ
ಸತಾಯಿಸುತ್ತದೆ

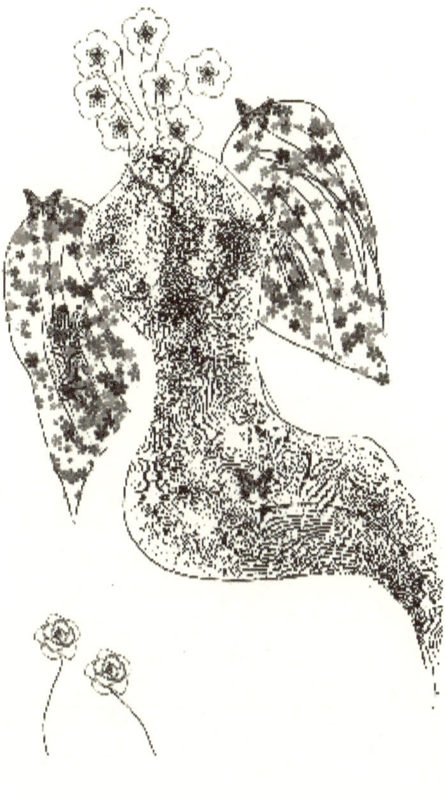

ಕಿಟಕಿ

ಇನ್ನೊಂದು ಚೂರು
ಪರದೆ ಸರಿಸು
ಆ ಮನೆಯ ಕಿಟಕಿ ಕಾಣುತ್ತದೆ
ಅದರೊಳಗೆ
ಹಳದಿ ಬಣ್ಣದ ಬೆಳಕು
ಇನ್ನೇನು ಸ್ನಾನಕ್ಕೆ ಹೊರಟಂತೆ ನಾಚಿ
ಮಲಗುತ್ತದೆ ಕತ್ತಲೊಡನೆ

ಆ ಮನೆಯ ದಡೂತಿ ಬೆಕ್ಕು
ದಿನಕ್ಕೆರಡು ಬಾರಿ
ಕಿಟಕಿಯ ಬಳಿ ಬಂದು
ತನ್ನ ಮುಖ ಕಿವುಚುತ್ತದೆ
ಅಪರೂಪಕ್ಕೊಮ್ಮೆ ಬೆಕ್ಕು ಆಕಳಿಸಿದಾಗ
ಅದರ ನಾಲಿಗೆ ನೋಡು

ಹುರಿದ ಮೀನು
ನೆನಪಾಯಿತೇನೋ ಬೆಕ್ಕಿಗೆ
ಕಿಟಕಿಯ ಜಂಗು ಸರಳನ್ನು
ನೆಕ್ಕುತ್ತಿತ್ತು
ನನ್ನ ಕೈಲಿದ್ದ ಟಿವಿಯ ರಿಮೋಟ್
ಮಂತ್ರದಂಡ ಆಗಿದ್ದಿದ್ದರೆ
ಮೀನೊಂದನ್ನು ಸೃಷ್ಟಿಸಿ
ದಡೂತಿ ಬೆಕ್ಕಿಗೆ ಕೊಡುತ್ತಿದ್ದೆ

ಅಲ್ಲಿಂದಲೇ ಸಂಜೆ ಹೊತ್ತಿಗೆ
ಮನೆಯ ಯಜಮಾನತಿ
ತನ್ನ ಉದುರಿದ ಗುಂಗುರು ಕೂದಲಿಗೆ
ಉಗುಳು ಹಚ್ಚಿ ಬಿಸಾಕುತ್ತಾಳೆ
ಆ ಮನೆಯ ಕರಬೂಜ ಹಣ್ಣಿನಂತ
ಮಗು ಅಳುವಾಗ
ಇದೇ ಕಿಟಕಿ
ಇನ್ನೊಂದು ಮಗುವಾಗಿ ಸಂತೈಸುತ್ತದೆ

ಚಂದದ ಬಟನ್ ಛತ್ರಿ
ಮಳೆಗಾಲದಲ್ಲಿ
ಕಿಟಕಿಯ ಎದೆಗೆ ಆತುಕೊಂಡಿರುವಾಗ
ನಿನಗೆ ತಾಯಿ ಮಗುವಿನ ರೂಪಕ
ಹೊಳೆದರೆ ಬರೆದು ಬಿಡು
ಅಲ್ಲೆ ಗೂಡು ಕಟ್ಟಿದ ಹಕ್ಕಿ ಬರುವ ಮುನ್ನ

ಕಿಟಕಿ ನೀನು
ಅಂದುಕೊಂಡಂತೆ ಅಲ್ಲ
ನೀನು ಗಟ್ಟಿಯಾಗಿ
ಅವಿತುಕೊಂಡಂತೆ
ಹೆಸರಿಲ್ಲದ ಖಾಸಾ ಗೆಳೆಯನಂತೆ

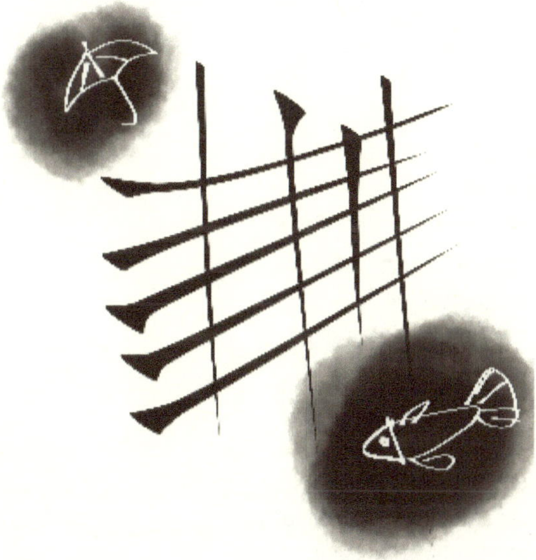

ನಾಜೂಕು ಲೋಕ

ನೀನು ಆ ಬೀದಿಯಲ್ಲಿ ನಿಂತು
ಆಕಳಿಸುವಾಗ
ನಾನು ಖಾನಾವಳಿ ತಲುಪಿಸುವ
ದಾರಿಗಳ ಮಧ್ಯೆ
ಹೀಗೆ ಒದ್ದೆ ನೆಲದಲ್ಲಿ ನಡೆಯಲು
ಹಾತೊರೆಯುವೆ
ಆಕಾಶದಲ್ಲಿ ಮೈ ಮುರಿದು ದಣಿದ ಹಕ್ಕಿ
ನಮಗಿಬ್ಬರಿಗೂ ಕಾಣಿಸುವುದು

ಕ್ಯಾಲ್ಷಿಯಂ ಗುಳಿಗೆಗಳಂತೆ
ನಿನ್ನ ಮೊಡವೆ ಎದ್ದು ಕಾಣುವ
ಘಳಿಗೆ
ಸುಟ್ಟ ಗೇರುಬೀಜದ ಸಿಪ್ಪೆ ಸುಲಿಯುವಂತೆ
ಉಗುರು ಮೊನಚಿನಿಂದ ನೀನು
ಮೊಡವೆಯ ಬೆಳ್ಳಿ ಪದರ ಕಳಚುವೆ
ಮೊಲದಂತ ಮೋಡ ನಮಗಿಬ್ಬರಿಗೂ
ಕಾಣಿಸುವುದು

ಕಲ್ಲಂಗಡಿ ಬೀಜಗಳ
ನಮ್ಮ ಕನ್ನಡಿಗೆ ನಾವೇ ಉಗಿದು
ಹೇಗೆ ಇಣುಕಿದರೂ
ನಮ್ಮ ನಿಲುವು ನಮಗೆ ತೋರದೆ
ಬಚ್ಚಿಟ್ಟುಕೊಳ್ಳುವ ಭೂಮಿಕೆ
ನಮಗಿಬ್ಬರಿಗೂ ಕಾಣಿಸುವುದು

ನಮಗಿಬ್ಬರಿಗೂ ಒಂದೇ ಸಮನೆ
ಕಾಣಿಸುವ
ಸೌರಾಷ್ಟ್ರ ಬೊಂಬೆಗಳು, ಬಿಕಿನಿ ಚಂದ್ರ,
ಫಕ್ರುದ್ದೀನ್ ಮಾರುವ ಪುಟಾಣಿ ನಿಂಬೆ ಹಣ್ಣು,
ಅಂಗುಲಿಮಾಲನ ಹಿತ್ತಾಳೆ ಕಿವಿಯೋಲೆ,
ಡಾರ್ವಿನ್ ಸಿದ್ಧಾಂತದ ದೋಸೆ ಹೆಂಚು,
ಶೇರು ಪೇಟೆಯ ಅಂಕಿಗಳಂತೆ ಕಾಣುವ
ರಾತ್ರಿಯ ತಾರಾ ಪೇಟೆ
ಎಲ್ಲರಿಗೂ ಹೀಗೆ ಕಾಣುವವೇ..!

ನಮಗೆ ಮಾತ್ರ ಕಾಣಿಸುವ
ಲೋಕ ಎಲ್ಲಿಯದು
ಧಮನಿ ಕೋರೈಸುವ ಛಳಿ
ನಮ್ಮ ಲೋಕದ್ದ
ಚಿಗುರಿದ ಗಾಯದ ಹೂವು
ನಮ್ಮ ಪ್ರಪಂಚಕ್ಕೆ ಸೇರಿದ್ದ..!

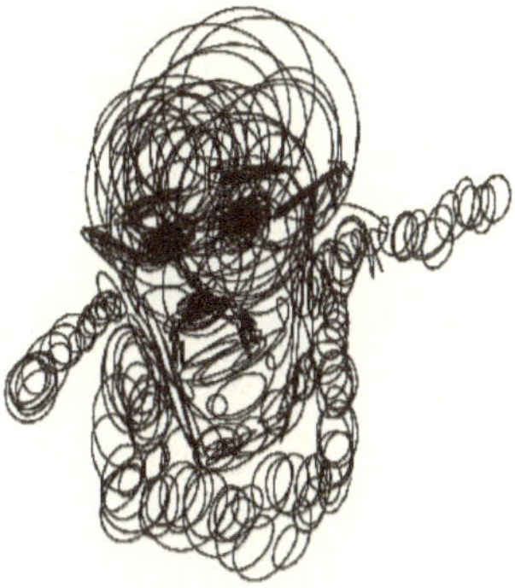

ಅಲ್ತಾಫ್

ನೀನು ಯಾವಾಗ ಸಾಯುತ್ತಿ
ಗೆಳೆಯ ಅಲ್ತಾಫ್
ನೀನು ಇಷ್ಟೇ ಬದುಕುವುದು
ನಿನಗಷ್ಟೇ ಕಂಡ ಕಿಟಕಿಯಿಂದ
ಕುತೂಹಲದಿಂದ ಇಣುಕಿ ನೋಡಿದಷ್ಟು

ಸಫಲತೆಯ ಏಣಿಯ
ಝಾಡಿಸಿ ಒದ್ದು
ಈಗ ತಾನೇ ತುಂಬಾ ಆರಾಮಾಗಿ
ಚಿಟ್ಟೆಯೊಂದು
ಆಕಳಿಸುವಂತೆ ಕಾಣುತ್ತಿರುವೆ
ನನ್ನ ಕಣ್ಣಿಗೆ

ಒಮ್ಮೊಮ್ಮೆ ನಿನ್ನ ಗಡ್ಡದೊಳಗೆ
ಏಷ್ಯಾ ಖಂಡದ
ರಾಜಧಾನಿ ಸಿಕ್ಕಿ ಹಾಕಿಕೊಂಡು
ಒದ್ದಾಡುವಂತೆ
ಕನ್ನಡಿಯ ಮುಂದೆ ನಿಲ್ಲುವಾಗ
ಕೇಳು ನಿನ್ನ ಮೀನ ಖಂಡದವರೆಗೂ
ಎಷ್ಟು ಹುಸಿ ಭರವಸೆಯ
ಜೀವನ ಸ್ಖಲಿಸಿದ್ದೆ ಒಬ್ಬೊಬ್ಬನೆ

ಗೆಲುವು ನಿನ್ನದಾಗಲಿಲ್ಲ
ಸೋಲು ನಿನ್ನ ಬಳಿ ಸುಳಿಯಲಿಲ್ಲ
ನಿನಗೆ ಯಾರು ಹಿತೈಷಿಗಳಿಲ್ಲ
ನಿನ್ನ ಒಣ ಧಿಮಾಕಿಗೆ ಮುಕ್ತಿ ಸಿಗಲಿಲ್ಲ
ಲಾರಿಯ ಟೈರಿನಂತಾದ ಮೆದುಳು
ಸಾಕಿಕೊಂಡು
ಹೀಗೆ ಇನ್ನೆಷ್ಟು ದಿನ ಹಾರಾಡುತ್ತಿ
ಗೆಳೆಯ ಅಲ್ತಾಫ್

ನಾನು ಬಿಸ್ಮಿಲ್ಲಾ ಹೋಟೆಲ್ಲಿನ
ಕಿಚಡಿಯಂತೆ
ಎಲ್ಲಾ ಸಾಂದ್ರವಾಗಿ ಹೇಳುವುದು
ನೀನು ತೂಕಡಿಸುತ್ತಾ
ಕೇಳುವುದು ಎಲ್ಲಾ ಮಾಮೂಲು

ಪ್ಯೂಪಾ

ಕತ್ತಲಿನ ಹಣ್ಣಿನೊಳಗೆ
ರುಚಿ ಕಂಡರೂ ಕಾಣದಂತೆ
ಥೂ ಥೂ ಥೂ ಥೂ ಥೂ ಥೂ

ಆ ದಿನ ಮಳೆಯಲ್ಲಿ ಸೈಕಲ್ಲು ಏರಿ
ಮಸೀದಿಗೆ ಹೋದೆವು ಇಬ್ಬರೂ

ಕಣ್ಣುಜ್ಜುತ್ತಾ ಕೈ
ನೋಡಿಕೊಂಡಾಗ ಸ್ವರ್ಗದ ಪಸೆ
ರೂಹು ಎಂದರೆ ಇದೇ ಏನು
ಎಂದು ನೀನು ಕೇಳಿದೆ
ಕೈ ತೇವಗೊಂಡಿದ್ದು ನಿನ್ನ ಬಲದಿಂದಲೇ
ಹೊರತು
ರೂಹುಗೆಲ್ಲಿಯ ಆಯಾಸ, ಪಸೆ

ಹೇಳು ಅಲ್ತಾಫ್
ನೀನು ಯಾವಾಗ ಸಾಯುತ್ತಿ
ತುಂಬಾ ಹೊತ್ತು ಇಲ್ಲೆ ಇದ್ದು
ತಮಾಷೆ ಮಾಡಬೇಡ
ಅಂಕ ಸರಿಯುವುದಿದೆ
ಇನ್ನೊಂದು ಜೀವ ಹುಟ್ಟುವುದಿದೆ
ನಾನು ಮೊನ್ನೆ ಸತ್ತಿಲ್ಲವೇ

ಮಟಮಟ ಮಧ್ಯಾಹ್ನ

ಇನ್ನೊಂದು ಲೆಫ್ಟ್ ಟರ್ನ್
ತೆಗೆದುಕೊಂಡು
ಸೀದಾ ಬಂದು ಗುದ್ದಿದ್ದರೆ
ಲಾರಿಯ ಕಿರು ಕನ್ನಡಿಯಲ್ಲಿ
ನನ್ನ ಕೊನೆಯ ನಗು ಕಾಣಿಸುತ್ತಿತ್ತು

ಕೆನ್ನೆ ಮೇಲೆ ಮಚ್ಚೆ ಇದ್ದ
ಡ್ರೈವರ್
ತೂಕಡಿಸುತ್ತಾ ರೊಯ್ಯನೆ ರೈಟ್
ಎಳೆದೇ ಬಿಟ್ಟ
ಕಲ್ಲಂಗಡಿ ಹಣ್ಣುಗಳ ಕೈಗಾಡಿ
ಬಲೂನಿನಂತೆ ಮೇಲಕ್ಕೆ ಹಾರಿತು

ಆಗಷ್ಟೇ ಮಾರ್ನಿಂಗ್ ಶೋ
ಮುಗಿಸಿಕೊಂಡು ಹೊರ ಬಂದ
ನಿದ್ದೆಗಣ್ಣಿನ ಜನರು
ಇದೊಂದು ಸಿನಿಮಾದಂತೆ ಕಂಡರು
ಕೆಲವರು ನಿಂತಲ್ಲೇ ಹೌಹಾರಿದರು

ಲೈಟು ಕಂಬ ಮೀಟಿಕೊಂಡು
ಗ್ರಂಥಿಕೆ ದುಖಾನೊಂದನ್ನು
ದೋಚಿಕೊಂಡು
ಸಣ್ಣದೊಂದು ಆತಂಕ ತನ್ನೊಳಗೆ
ಉಳಿಸಿ
ಲಾರಿ ಈಗ ಶಾಂತವಾಗಿ
ಕೃತಕ ಕಾಲಿನಂತೆ
ರಸ್ತೆಯಲ್ಲಿ ಬೇರ್ಪಟ್ಟಿದೆ

ಡ್ರೈವರ್
ವಾಚಿನ ಸೆಲ್ಲಿನಂತೆ ಕಳಚಿಕೊಂಡು
ತನ್ನ ಮೊಬೈಲಿಗೆ ತಾನೇ ಕರೆ ಮಾಡುತ್ತಾ
ತಲೆ ಕೆರೆದುಕೊಳ್ಳುತ್ತಿದ್ದಾನೆ
ಅವನ ಹಸಿರು ಅಂಗಿಗೆ
ಸಾವಿರದ ಚಿಲ್ಲರೆ ಜನರ ಕಾವಲಿದೆ

ಪ್ಯೂಪಾ

ಅಲ್ಲೆ ಸೇವಂತಿ ಹೂವಿನ ಪಕಳೆ
ಎಣಿಸುತ್ತಾ ನಿಂತ
ನನಗೆ ಲಾರಿ ಒಮ್ಮೆಲೇ ಗುದ್ದಿದ್ದರೆ
ಹೂವಿನ ಬೆರಳು ಹಿಡಿದು
ನಾನು ಸಹ ಆಕಾಶಕ್ಕೆ ಜಿಗಿಯುತ್ತಿದ್ದೆ

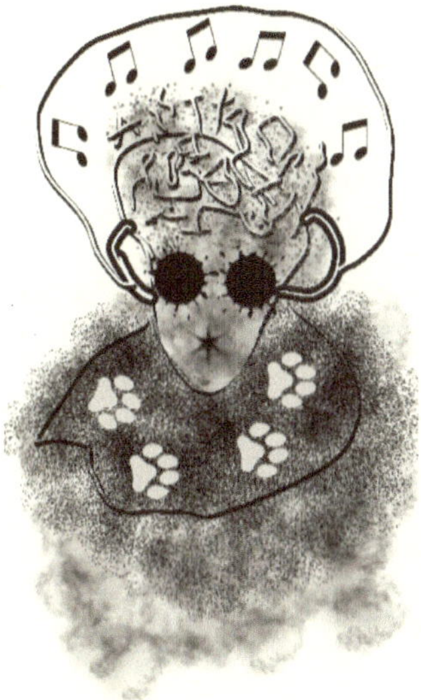

ಕೆಂಪು ಬಳೆ ಚೂರು

ಇನ್ನೊಂದಷ್ಟು ಹೊತ್ತು
ಮನೆಯಲ್ಲಿದ್ದು ಹೋಗೆ ಅಕ್ಕ
ಸಂಜೆಗೆ ಗುಡಿಯ ದೀಪ ಹಚ್ಚಲು
ಕೈ ನಡುಗುವುದು ನನಗೆ

ನೀ ಹೀಗೆ ಅಮ್ಮನ ಜೊತೆ
ಕಿತ್ತಾಡಿ ಹೋದರೆ
ಆಕೆ ಕೊರಗುವಳು ಒಳಗೊಳಗೆ
ಗಿಡಕ್ಕೆ ನೀರು ಹಾಯಿಸದೆ
ನಿಂತೇ ಬಿಡುವಳು
ನಿನ್ನ ದಾರಿ ಕಾಯುತ್ತಾ

ನನ್ನ ತಲೆಯ ಕ್ರಾಪು ತೆಗೆಯುವಾಗ
ನಿನ್ನ ನೆನಪಿಸಿಕೊಂಡು
ಬಾಚಣಿಗೆ ಕಸದಂತೆ ಬಿಸಾಡಿ
ನಿನ್ನ ಹೂವಿನ ಲಂಗ ತಬ್ಬಿ
ಅಳುವಳು ಅಮ್ಮ
ಹರಿದ ಹಳೆಯ ವ್ಯಾನಿಟಿ ಬ್ಯಾಗಿನಿಂದ
ಹೊಸ ಲೋಕ ತೆಗೆದು ಹುಡುಕುವಳು ನಿನ್ನ

ಮೂಗುತಿಯ ತಿರುಪಿನಂತೆ
ಬಿಚ್ಚಿಡು ಕೋಪ ಸ್ವಲ್ಪ ಹೊತ್ತು
ನೀ ಮುನಿಸಿಕೊಂಡು ಹೋದರೆ
ಊರಿಗೆ ಮಳೆ ಬರುವುದೇ
ಹೇಳೇ ಅಕ್ಕ

ನಿನ್ನ ಮಗುವಂತೆ
ಮಡಿಲಿಗೆ ಹಾಕಿಕೋ ಮತ್ತೆ ನನ್ನನು
ಗುಡುಗಿನ ಸದ್ದಿಗೆ
ಹೋಗಿ ಅಮ್ಮನ ತಬ್ಬಿಕೋ
ಹೀಗೆ ಇನ್ನೊಂದಷ್ಟು ಹೊತ್ತು
ಇದ್ದು ಹೋಗೆ ಅಕ್ಕ

ಕೌಸಲ್ಯ

ಕಿಟಕಿ ಪಕ್ಕದ ಸೀಟಿನಲ್ಲಿ
ಮರೆತು ಬಿಟ್ಟು ಹೋದ ಯಾರದೋ
ಕಂದು ಪಾಕೀಟು
ಅದರೊಳಗೆ ಇಪ್ಪತ್ತು
ಪೈಸೆಯ ಎರಡು ಸುಟ್ಟ ನಾಣ್ಯಗಳು

ಕೌತುಕ ಹೆಚ್ಚಾಗಿ
ಪಾಕೀಟು ಕೆದಕಿದರೆ
ಬುಳಬುಳನೆ ಉದುರುವ
ಕಾಲದ ಮಣ್ಣು
ಸುಹಾಸಿನಿಯ ಕಪ್ಪು ಬಿಳುಪಿನ
ಒಂದು ಫೋಟೋ

ವಿಸಿಟಿಂಗ್ ಕಾರ್ಡಿನ
ಹಿಂದೆ ಬರೆದ ಕೌಸಲ್ಯ ಎಂಬ ಹೆಸರು
ಅದರ ಕೆಳಗೆ ಪ್ರಶ್ನಾರ್ಥಕ ಚಿಹ್ನೆ
ಇನ್ನೊಂದು ಚೀಟಿಯಲ್ಲಿ
ನೀಲಿ ಹೃದಯದ ಮಾರ್ಕಿನೊಳಗೆ
ತುದಿ ಮೊಂಡಾದ ದಿಟ್ಟ ಬಾಣ

ಎಮರ್ಜೆನ್ಸಿಗೆಂದು ಗೀಚಿಕೊಂಡ
ನಾಲ್ಕು ಫೋನು ನಂಬರುಗಳು
ಏನನ್ನೋ ಹೇಳಲು
ಕಾಯುತ್ತಿರುವ ಜಂಗು ಹೇರ್ ಪಿನ್ನು

ಟಿಕೇಟಿಲ್ಲದೇ ಎಷ್ಟೊಂದು ಊರು
ಸುತ್ತುತ್ತಿದೆ ಈ ಪಾಕೀಟು
ಮುಂದಿನ ಸ್ಟಾಪಿನಲ್ಲಿ
ನಾನು ಇಳಿದು ಹೋದರೆ
ಇದನ್ನು
ಜೋಪಾನ ಮಾಡುವವರು ಯಾರು..?

ಥರ್ಡ್ ಪಾರ್ಟಿ

ಹೋದ ಬಾರಿ
ಗೆಳೆಯ ಸತ್ತು ಹೋದಾಗ
ಊರಲ್ಲಿ ತುಂಬು ಮಳೆ
ಎಲ್ಲದಕ್ಕೂ ಅಡ್ಡಿ
ಛೇ, ಅವನ ಸಂಬಂಧಿಕರು
ಅರ್ಧದಲ್ಲಿ ಎದ್ದು ಹೋದರು

ಅವನ ಮನೆಯೂ
ಸೋರುತ್ತಿತ್ತು
ಹೆಂಡತಿ ಹಣೆ ಹಣೆ
ಚಚ್ಚಿಕೊಳ್ಳುತ್ತಿದ್ದಳು
ಗೆಳೆಯನ ದೈತ್ಯ ದೇಹಕ್ಕೆ
ನೂರು ಬಗೆಯ ಹೂವುಗಳು
ಗಟ್ಟಿಯಾಗಿ ತಬ್ಬಿಕೊಂಡಿದ್ದವು

ಗೆಳೆಯನ ಕಣ್ಣು
ಬೇಯಿಸಿದ ಗೆಣಸಿನಂತೆ ಮೆತ್ತಗಾದ
ಕೂಡಲೇ
ನೊಣಗಳು
ಒಂದರ ಹಿಂದೆ ಒಂದು
ಗುಂಪಾಗಿ ಬಂದು ರುಚಿ ನೋಡಿ
ಹೋಗುತ್ತಿದ್ದರೆ
ಅವನ ಪುಟ್ಟ ಮಗ
ಕೈಯಲ್ಲಿ ಪುಡಿ ಪುಡಿಯಾದ
ಬಿಸ್ಕತ್ತಿನ ಚೂರಿನೊಂದಿಗೆ ಆಡುತ್ತಿದ್ದ

ಮಳೆ ಮೂರು ದಿನ
ಆದರೂ
ನಿಲ್ಲಲಿಲ್ಲ
ಮನೆಯೊಳಗೆ ಮೊಣಕಾಲಿನ
ತನಕ ನೀರು ನಿಂತಿತು

ಗೆಳೆಯ ಇನ್ಯಾರದೋ
ಮನೆಗೆ
ಓದಿ ಬಿಟ್ಟ ಮ್ಯಾಗಜೀನಿನಂತೆ
ತಯಾರಾಗಿ ಸೀದಾ

ರವಾನೆಯಾದ
ಅಲ್ಲಿ ಎರಡು ದಿನ
ಚಚ್ಚೌಕ ಗಾಜಿನಲ್ಲಿದ್ದು
ನಂತರ ಮಣ್ಣಾದ

ಅವನ ಮಗ ಈಗ
ಒಂದು ಕೆನೆ ಮಳೆಯಂತೆ
ಮಧ್ಯಾಹ್ನ ನನ್ನ ಕನಸಿನಲಿ ಮೆಲ್ಲಗೆ
ಬಂದು ಹೋದಾಗ
ಬಿಸ್ಕತ್ತಿನ ಚೂರಿನೊಂದಿಗೆ
ಆಡುತ್ತಿದ್ದ ಪೋರ
ಎಲ್ಲಿ ಎಂದು ಹುಡುಕುತ್ತೇನೆ
ಆ ದಿನ ಮಳೆ
ನಿಲ್ಲಬಾರದಿತ್ತು ಎಂದು
ನಕ್ಕು ಸುಮ್ಮನಾಗುತ್ತೇನೆ

ಒಣಗಿದ ಹಾಲು

ತೂಗು ಮಂಚದಲ್ಲಿ ಆಡುತ್ತಲೇ
ಜೋಲಿ ಹೊಡೆದವರು,
ಸಣ್ಣ ತೇಗು ಬಂದ ಕ್ಷಣ ಅಸುನೀಗಿದವರು,
ಗಜ್ಜರಿ ಹಲ್ವಾ ತಿಂದು
ಬೆಳಿಗ್ಗೆ ದೇಹ ಮರೆತವರು,
ಈ ಹುಬ್ಬುಗಂಟಿಕ್ಕಿ ನೋಡುವ
ನನ್ನ ಹಠಮಾರಿ ಜವಾನಿಯೊಳಗೆ
ಎಷ್ಟೊಂದು ರುಚಿಯಾದ ಸಾವುಗಳ ಕಂಡೆ

ಆದರೆ ನಿನ್ನ ಹಾಗೆ
ಪ್ರಾಣ ಬಿಟ್ಟವರಿಲ್ಲ ತಾಯಿ
ಯಾರು ಕಾದರು ನಿನಗೆ
ಹೆಬ್ಬೆರಳಿಲ್ಲದ ಶಿಷ್ಯನೇ..?
ಚಿಲುಮೆ ಸೇದುವ ಕುಬೇರನೆ..?
ಬಟವಾಡೆಯಾಗದ ಕ್ಷುದ್ರ ಶುಕ್ರವಾರಗಳೇ..?
ಹಾಲು ಕುಡಿವ ನನ್ನ
ಒದ್ದು ಹೋದೆಯಲ್ಲ ತಾಯಿ..!

ಜಗತ್ತು ಸುಟ್ಟರೂ
ನಿನ್ನ ಸುಡಲು ಸೌದೆ ತರಲಾಗಲಿಲ್ಲ
ನನಗಿಂತ ಎತ್ತರವಿದ್ದ ಹಾರೆ ಹೊತ್ತು
ಬಂಜರು ಭೂಮಿಯಲ್ಲೊಂದು
ಕುಣಿ ತೋಡಲಾಗಲಿಲ್ಲ ನನಗೆ
ಸುಡಲೆಂದು ತೆಗೆದ ಬೆಂಕಿಪೊಟ್ಟಣದಲ್ಲಿ
ಎಲ್ಲವೂ ಒದ್ದೆ ಒದ್ದೆ ಕಡ್ಡಿಗಳು
ನನ್ನ ಕಂಬನಿ ಮಾತ್ರ ಬೆಚ್ಚಗೆ

ಆಯಲು ಹೋದ ಕೋಳಿ
ಮರಳಿ ಗೂಡಿಗೆ ಬರುವುದೋ ಗೊತ್ತಿಲ್ಲ
ಹಲ್ಲು ಮಸೆದ ಲೋಕವಂತೆ
ಕನಸಿನಲ್ಲಿ ಬೆಣ್ಣೆ ಕದ್ದರೂ
ತುಟಿ ಕಚ್ಚುವ ಜೀವವಿದು ತಾಯಿ
ಒಣಗಿದ ಹಾಲು ನನ್ನೆದೆಯಲ್ಲಿ ಇರಲು
ಸುಟ್ಟ ಮಣ್ಣಿನ ಮಡಕೆಯೊಂದು
ಹೆಗಲಿಗೆ ಹೊರಲಿ ಹೇಗೆ

ಪ್ಯೂಪಾ

ಉಮರ್ ಖಯ್ಯಾಮಿನ
ರುಬಾಯಿಯೊಂದು
ನನ್ನ ದೈನಿಕ ಬಾಚಣಿಗೆಯಲ್ಲಿ
ಸಿಕ್ಕು ಬಿದ್ದಂತೆ
ನಿನ್ನ ಹೊಕ್ಕಳ ಬಳ್ಳಿಗೆ ಈ ಹಾಗಲಕಾಯಿಯ
ಹೂವು ಹಣ್ಣಾಗಲಿ ತಾಯಿ
ನಿನ್ನ ಹುಸಿ ಸಾವು ಸಾವೆಂದು ನಂಬದ
ನನ್ನ ನಿರಂಕುಶ ಜನ್ಮ ಧೂಳಾಗಲಿ

ಸುಸ್ತಾದ ನಕ್ಷತ್ರ

ಎಷ್ಟೊಂದು ದಣಿದಿದೆ
ನಿನ್ನ ಕಾಲು, ಕಣ್ಣುಗಳು
ಸಮುದ್ರದಂಚಿಗೆ ಎಸೆದ ಲಂಗರಿನಂತೆ
ಆಳಕ್ಕೆ ನೆಟ್ಟಿದೆ ನಿನ್ನ ದೇಹ
ಸುಧಾರಿಸಿಕೋ ನನ್ನ ಗೋರಿಯ ಮೇಲೆ
ಕೊಂಚ ಹೊತ್ತು

ಏನಾದವು ನಿನ್ನ ಹಳೆಯ
ಸೀರೆಗಳು, ಪ್ರಾಯದ
ಮೊಡವೆ ಕಲೆಗಳಿಗೆ
ಹರಿಶಿನ ತೇಯ್ದು ನಿನ್ನ ಕೈಗಳು ಯಾಕೆ
ಸುಕ್ಕಾಗಿವೆ, ದಾಸವಾಳ ಬಣ್ಣವಿದ್ದ
ಲಂಗ ಎಲ್ಲಿದೆ ಈಗ

ಹಠ ಮಾಡಿ
ಜಾತ್ರೆಯಲ್ಲಿ ಕೊಂಡ ಗಿಲಕಿ
ಎಲ್ಲಿ ಮರೆತು ಬಂದೆ ಜಾಣೆ
ಬಿಂಕದಿಂದ ನಡೆಯುವಾಗ
ಕಲ್ಲಿಗೆ ಎಡವಿ ಬಿದ್ದ ಗಾಯದ ನಿಶಾನೆ
ತೋರಿಸು ನೋಡುವೆ ನಾನು

ಸ್ವಂತ ಮನೆಯ ಕನಸು
ನನಸಾಯಿತೆ...!
ಮಕ್ಕಳು ನೌಕರಿಯ ದೋಣಿಯ
ಹಿಡಿದು ಹಾಯಾಗಿದ್ದಾರೆಯೇ..!
ಮುತುವರ್ಜಿಯಿಂದ
ನಿನ್ನ ಕಾಯಿಲೆಗೆ ಮದ್ದು ಕೊಡುವಳೆ
ಮೊಮ್ಮಗಳು

ನಿನ್ನ ನಡು ಯಾಕೆ ಬಿಳಿಚಿಕೊಂಡಿದೆ..?
ತುಂಬು ಬಾಯಾರಿಕೆಯೇ ನಿನಗೆ
ನೀರು ತರಲೇ ನಾನು
ಯಾಕಷ್ಟು ಮಂಕಾಗಿರುವೆ...!
ಮುಪ್ಪಿನ ದ್ರಾಕ್ಷಿ ತುಂಬಾ ಹುಳಿಯಾಯಿತೇನು ?
ಹೇಳು ನಿನಗಾಗಿ ಮತ್ತೆ
ನನ್ನ ಎದೆಗೆ ಸಕ್ಕರೆ ತುಂಬಲೇನು

ಪಾಪಿ ನಾಲಿಗೆ

ದುಃಖ ಉಮ್ಮಳಿಸಿ
ಮಧ್ಯ ವಯಸ್ಕನ ಪಾಪಿ ಎದೆಯು
ಕೊನೆಯ ದಿನದ
ಅತಿ ಕೊನೆಯ ಕ್ಷಣದಲ್ಲಿ
ಭಯದ ಆತ್ಮಾಹುತಿಗೆ ಬಂದ ಮೇಲೆ
ನೀನು ಉಳಿಯದಿರು
ದ್ರೋಹವೇ
ಆತ್ಮ ಸಾಕ್ಷಿಯ ಬಾಗಿಲಲ್ಲಿ ನಿಂತು
ಎಷ್ಟು ಜನರ ಬದುಕನ್ನು ನೋಡಿ ನಕ್ಕಿದ್ದೆ ನೀನು

ಊರು ತೊರೆದ
ಸೂತಕದ ಗಾಳಿ
ಜೀವ ವಿಮೆಯ ಬಗ್ಗೆ
ತನ್ನ ಗಗನ ಪ್ರಣಾಳಿಕೆಯಲ್ಲಿ
ಹೇಳುವುದೇನಿದೆ
ಗಾಯಗೊಂಡ ಮುದಿ ಸರ್ಪ
ತನ್ನ ತೊಟ್ಟಿಕ್ಕುವ ರಕ್ತದ ಬಿಂದುವಿಗೆ
ಕಲಿಸುವುದೇನಿದೆ
ಕೊನೆಗೆ ವೇದನೆಯ ಮಂತ್ರ

ಕುಂಟು ಕನಸೊಂದು
ಬೆಳದಿಂಗಳ
ಉಪ್ಪರಿಗೆಯಲ್ಲಿ ಕೂತು
ಉಂಡಾಡಿ ಅಲೆದಾಡುವ ಹೊತ್ತು
ಸೊಗಸಾದ ಅರೆ ನಿದ್ದೆಗೆ
ಉಳಿವಿನ ಉರಿಯಲ್ಲಿ
ಮೈ ಸುಟ್ಟುಕೊಂಡು
ಶಾಂತಿ ದೋಚುವ
ಅಧೀರ ದಿಗಿಲು
ಕಕ್ಕಿಸುತ್ತದೆ ಮೋಹದ ಎಂಜಲು

ರುಚಿಗೆ ತಕ್ಕಷ್ಟು ಉಪ್ಪಿನ ಜೊತೆ
ಅಮಲಿನ ವಿಷವನ್ನೂ
ಬೆರೆಸುವುದು
ಕಲಿಸಿಕೊಟ್ಟವರಾರು ಗಂಜಿಗೆ
ನಿಯತ್ತಿನ ಅಳಿವಿಗೆ

ಹೊಟ್ಟೆಯಲ್ಲಿ ಸುತ್ತಿಕೊಳ್ಳುವ
ಕುಂಡಲಿನಿ ಹಾವಿಗೆ
ಕ್ಷಣಕ್ಷಣ ಸಾಯುವ ಮೋಕ್ಷಕ್ಕೆ

ದ್ರೋಹ ಸಾಕಿಕೊಂಡ
ತೆಂಗಿನ ಎಳೆ ಗರಿಯು
ಬೂದಿಯಾಗಿಸುತ್ತದೆ ಇಡೀ ಗುಡಿಸಲು
ಆತ್ಮ ವಂಚನೆ ಎಂಬುದು
ಕಸುಬುದಾರ ಲೆಕ್ಕಿಗನ ಕಣ್ಣಿಗೆ ಇಣುಕದು
ಎಷ್ಟು ಎಳೆದರೂ ಹಿಗ್ಗುವ ಪಾಪಿ ನಾಲಿಗೆ
ಪುಣ್ಯದ ಅಹವಾಲಿಗೆ ಕುಗ್ಗದು

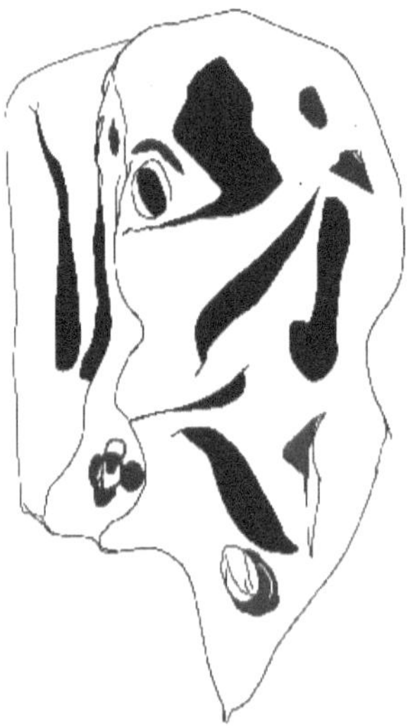

ಚಪಾತಿ ಮುದುಕಿ

ಪೇಟೆ ಬೀದಿಗೆ ಬಂದ
ಚೌಕಾಶಿ ಹೆಂಗಸರ ಗುಂಪಿನಲ್ಲಿ
ಅವಳನ್ನೇ ಹುಡುಕುತ್ತೇನೆ
ಆದರೆ ಅವಳು ಅಲ್ಲಿರುವುದಿಲ್ಲ
ಹಾಯಾಗಿ ಬದುಕಿರುವ
ಊರೆಲ್ಲಾ ನಡೆದರೂ ಆ
ಎಳೆ ಮುದುಕಿಯ ನೆರಳೇಕೆ ಸಿಗುತ್ತಿಲ್ಲ

ದೂರದಲ್ಲೆಲ್ಲೋ ಹೂ ಬುಟ್ಟಿಗಳ
ಹರಡಿ ಬಗ್ಗಿ ಕೂತ,
ಚಷ್ಮಾ ಪೋಣಿಸಿಕೊಂಡ
ಅರವತ್ತು ಎಪ್ಪತ್ತು ವಯಸ್ಸಿನ
ತಾಜಾ ಮುಖದ ಕಡೆಗೂ
ನನ್ನ ಕಣ್ಣು ಹಾಯುತ್ತದೆ
ಅಲ್ಲಿಯೂ ಅವಳ ಕಂಪು ಸಿಗುವುದಿಲ್ಲ

ಎಲ್ಲಿ ಹೋದಳವಳು..?
ತೊಂಬತ್ತರ ಹರೆಯದಲ್ಲೂ
ಬಾಯಿ ಬಸಳೆಯ ಚಪ್ಪರವನ್ನು
ಒಬ್ಬಳೇ ಕುಣಿ ತೋಡಿ
ನಾಜೂಕಾಗಿ ಕಟ್ಟುವಾಕೆ
ವಿಲವಿಲ ಜೋರು ಮಳೆ ಬಂದಾಗ
ಬೆದರಿದ ಬೆಕ್ಕಿನಂತೆ ಕಂಪಿಸುತ್ತಾ
ಚಾದರದಡಿ ಮಲಗುವಾಕೆ

ಪಡಸಾಲೆಯ ಕಂಬಕ್ಕೆ
ಓರೆಯಾಗಿ ಒರಗಿ ನಿಂತು
ಅಜಂತಾ ಗಡಿಯಾರ ದಿಟ್ಟಿಸುವ
ಅವಳ ನೀಲಿ ಕಣ್ಣು
ಬರಗೆಟ್ಟ ಆಕಾಶಕ್ಕೆ ಬಣ್ಣವಾದವೇ..!

ರಾತ್ರಿ ಪಾಳಿಗೆ
ನುಂಗುವ ಕೆಂಪು ಹಳದಿ
ಗುಳಿಗೆಗಳು ಉಳಿದಿರುವಾಗಲೇ
ಯಾವ ಊರಿಗೆ ಬಿಸಿಲಾಗಿ ಹೋದಳು

ಕೋಪಗೊಂಡ ದೇವರ
ಮುದ್ದು ನಗುವಿಗಾಗಿ ಹೂವಾದಳೇ
ಗತಿಯಿಲ್ಲದ ಬಯಲುಗಳಿಗೆ
ಸಂತೈಸುವ ಸೋನೆ ಮಳೆಯಾದಳೇ

ಇನ್ನೊಮ್ಮೆ ನನ್ನ ಹೆರದೆ ಎಲ್ಲಿ ಹೋದಳು..?
ಚಪಾತಿ ಮುದುಕಿ

ಚಾಕಲೇಟು

ನೋವು ಮೊದಲು
ಹಣದ ರೂಪದಲ್ಲಿ ಬಂದಾಗ
ಮಂಚದ ಜೊತೆ
ಮೆತ್ತನೆಯ ಹಾಸಿಗೆ ಖರೀದಿಸಿದೆ
ಮರು ದಿನ ನೋವು
ಐಸ್ ಕ್ಯಾಂಡಿಯಂತೆ ಬರಬೇಕೆನ್ನುವಷ್ಟರಲ್ಲಿ
ಆಷಾಢದ ಬದುಕು
ಒಂದು ಫ್ರಿಜ್ ಕೊಳ್ಳಲು ಸೂಚಿಸಿತು

ಗೆಳೆಯನೊಬ್ಬ ಬೇಕು
ಎಂದಾಗ
ಸಮುದ್ರ ತೀರ ಹುಡುಕಿ ಹೊರಟೆ
ರಸಿಕ ಗೆಳತಿ ಸಿಕ್ಕಳು
ನನ್ನ ಬೈಕು ಹತ್ತುವಾಗ ಎಡವಿ
ಚಂದದ ಒಂದರ್ಧ ಹಲ್ಲು ಮುರಿದುಕೊಂಡಳು
ನನಗೆ ನೋವು ಹೆಚ್ಚಾಯಿತು
ಒತ್ತರಿಸಿ ಬಂದ ಅಖಂಡ ನೋವೇ
ಲ್ಯಾಂಬೊರ್ಗಿನಿ ಕಾರು ಕೊಳ್ಳಲು ಸ್ಫೂರ್ತಿ
ಎಂದರೆ ನೋವಿಗೆ ಬೇಜಾರು ಆಗಲಾರದು

ಆಮೇಲೆ ಸಾಕಷ್ಟು ನೋವು
ಮಧು ಶಾಲೆಯಲ್ಲಿ ಸಿಗತೊಡಗಿತು
ಮಲ್ಲಿಕಾ ಶೆರಾವತಳಂತೆ
ಒಂದೆ ಸಮನೆ ಕುಪ್ಪಸ ತೆಗೆದು
ನಶೆಯಲ್ಲಿದ್ದ ನನ್ನ ಗೆಳತಿ ನಾಚಿಸಿದಳು
ಯಾಕೋ ನೋವು ನೆನಪಾಯಿತು
ಇನ್ನೊಮ್ಮೆ ನಾಚಲು ಮನಸಾಗದೆ
ಬಯಲು ಸೀಮೆಗೆ ಬಂದೆ

ನೋವಿನ ಸಹವಾಸ ಹೀಗೆಯೇ
ಒಮ್ಮೊಮ್ಮೆ ಮಲೆನಾಡು
ಕೆಲವೊಮ್ಮೆ ಬಯಲುಸೀಮೆ
ಎಲ್ಲಿಯೂ ನಿಲ್ಲಲೂ ಬಿಡುವುದಿಲ್ಲ
ಸಂಪೂರ್ಣ ನೋವಿನಲ್ಲಿಯೂ ಸಹ

ಎಷ್ಟು ಸಾಕಿದರೂ ನೋವು
ಕೇಡು ಬಗೆಯಲಿಲ್ಲ ನನಗೆ
ಬದುಕೆಂಬ ಬೆಂಕಿ ಪೊಟ್ಟಣದ
ತೇಜ ಕಡ್ಡಿಗಳನ್ನೆಲ್ಲಾ ನೆನೆಸಿತು
ನೋವಿಗೊಂದು ನೋವು ಸೇರಿ
ಅಂಗಿಯ ತುಂಬಾ
ನೋವಿನ ಜೇಬು ಹೊಲೆಯಿತು
ಜೇಬಿನ ತುಂಬಾ ಚಾಕಲೇಟುಗಳಂತಹ ನೋವು

ಖುಷಿಯಿಂದ ಎತ್ತೆತ್ತಲೋ
ಹಾರುವ ಬಾಣಕ್ಕೆ
ನೋವಿನ
ಉಗುಳೇಟು ಸಾಕು ದಿಕ್ಕು ತಪ್ಪಲು
ಧಿಮಾಕು ಬೇಕು ನೇರವಾಗಿರಲು
ಕೇವಲ ನೋವು ಸಾಕಾಗುವುದಿಲ್ಲ ಎಂದೆನಿಸಿತು
ಥತ್.!
ಸುಲಭಕ್ಕೆ ಧಿಮಾಕು ಒಲಿಯುವುದೇ..!

ಇತ್ತೀಚೆಗೆ ಒಂದು ನೋವು
ಮಧ್ಯಾಹ್ನದ ನಿದ್ದೆಯ
ರೂಪದಲ್ಲಿ ಬರುತ್ತದೆ
ಅಂಗಾಲಿಗೂ ಏರದ ಕಂಬಳಿ
ಚಳಿಗಾಲದಲ್ಲಿ ಕೆಣಕುತ್ತದೆ
ನೋವಿನ ಸಹವಾಸ ಹೀಗೆಯೇ
ಸಿಕ್ಕಷ್ಟು..! ಸಿಗದಷ್ಟು..!

ದ್ವೀಪದ ಹಕ್ಕಿ

ದ್ವೀಪಕ್ಕೆ ಕರೆದುಕೊಂಡು ಹೋಗು
ನನ್ನನು
ನನಗೆ ಉಸಿರಾಡಲು ಗಾಳಿ
ಸಹ ಬೇಡ
ನೀನು ಬಿಗಿಯಾಗಿ ಉಸಿರಿದರೆ ಸಾಕು
ಬದುಕಿ ಉಳಿದೇನು ನಾನು ಹಾಯಾಗಿ

ನೀನು ಇರುವ
ಜಾಗದಲ್ಲಿ ಬರಿಯ ಗೋಡೆಗಳು
ಅದರಲ್ಲಿ ಹಲ್ಲಿಗೂ ಜಾಗವಿಲ್ಲ
ಮುಗ್ಧ ಮಗುವೊಂದು
ಇದ್ದಿಲಿನಿಂದ ಸೊನ್ನೆಯನ್ನು
ಬೆಕ್ಕು ನಾಯಿ ಕೀಟಗಳನ್ನು ಕೂಡ
ತನ್ನಿಷ್ಟಕ್ಕೆ ಬರೆಯುವಂತಿಲ್ಲ

ಗೋಡೆಗಳೆಂದರೇ
ಬರಿಯ ಗೋಡೆಗಳಲ್ಲ ಅವು
ನೀನು ಇರುವ ಕಡೆ ಅದನ್ನು
ಬಾಗಿಲು, ಕಿಟಕಿ, ಜೈಲು,
ಕಂದರ, ಪ್ರೈವಸಿ ಎಂದೆಲ್ಲಾ ಇನ್ನಾವುದೋ
ಸಂಬಂಧ ಬೆರೆಸಿ ಅತಿ ಸುಂದರವಾಗಿಸುವರು
ನನಗದು ಬೇಡ
ದ್ವೀಪಕ್ಕೆ ಕರೆದುಕೊಂಡು ಹೋಗು

ಸುಡು ಹಗಲಿನಲ್ಲಿ ಕಡಲ
ಎದೆ ಮೇಲೆ ನಿದ್ದೆ ಮಾಡಿ
ನಿತ್ಯ ರಾತ್ರಿ ದ್ವೀಪ ಕಾಯುವೆ
ಜಲಚರಗಳೆಲ್ಲಾ ನನ್ನ ರಕ್ತ ಒಸರುವ ಗಾಯಗಳಿಗೆ
ಮುತ್ತು ಕೊಡಲಿ
ಕಡಲುಗಳ್ಳರಿಗೆ ಚಪ್ಪಲಿ ಹೊಲೆಯುವೆ
ಪ್ರತಿ ಹುಣ್ಣಿಮೆಯ ರಾತ್ರಿ ಚಂದಿರನೊಂದಿಗೆ

ಮತ್ತೆ ಮತ್ತೆ ನಿನ್ನ ಕನಸಿಗಾಗಿ
ಕಾಯುವೆ
ನಿನ್ನ ಎಡವಟ್ಟುಗಳಿಗೆ ನಗುವೆ
ಹಾಳಾಗಿ ಹೋಗುವ ಕಂಬನಿಗೂ ಅಳುವೆ
ಹೇಗಾದರೂ ಮಾಡಿ
ನನ್ನ ದ್ವೀಪಕ್ಕೆ ಕರೆದುಕೊಂಡು ಹೋಗು

ದ್ವೀಪಕ್ಕೆ ಕರೆದೊಯ್ದು
ಕಣ್ಣಿಗೆ ಬಟ್ಟೆ ಕಟ್ಟಿ
ಬಲವಾಗಿ ನೂಕು ನನ್ನ
ಕೂಗುವುದಿದೆ ನಾನು ಜೋರಾಗಿ

ನಾಮಕೋಟಿ

ನೂರು ನೋವು ಇದ್ದರೂ
ನಿನ್ನ ನೆನಪಿಗೆ
ದಿನಕ್ಕೊಂದು ಸಂಪಿಗೆ ಹೂ
ಇಡುವುದ ಮರೆಯುವುದಿಲ್ಲ
ಬಗೆ ಬಗೆಯ ಹೆಸರಿಟ್ಟುಕೊಂಡ ನಾನು

ಮಳೆಯೇ ಇಲ್ಲದ
ಊರಿನಲ್ಲಿ ನನ್ನನು 'ತಿರುಬೋಕಿ'
ಎಂದು ಹೇಳಿಕೊಳ್ಳುವೆ
ಪಶ್ಚಿಮ ಘಟ್ಟಗಳ ಸಾಲಿನಲ್ಲಿ
'ಕೊಡಚಾದ್ರಿ' ನನ್ನ ಹೆಸರು ಎನ್ನುತ್ತಾ
ಅವರ ಜೊತೆಯೇ ನಕ್ಕು ಚಹಾ ಕುಡಿಯುವೆ

ಮೊನ್ನೆ ಮೊನ್ನೆ
'ಜೀವದಾನಿ' ಅಂತಲೂ ಪೋಲಿಸರಿಗೆ
ಹೆಸರು ಕೊಟ್ಟಿದ್ದುಂಟು
ಸದ್ಯಕ್ಕೆ ನಾನೀಗ 'ಪಿತಾಮಹ'
ಅಂತ ಹೊಸ ಗೆಳೆಯನಿಗೆ ಹೇಳಿದ್ದೇನೆ
ನಿನಗೂ ಸಹ

ಊರಿನ ಜನ ಏಕೆ
ಹೀಗೆ ನನ್ನನೆ ನೋಡಿ ನಗುವರು
ಪರಿಚಿತರು ಸಂತೆಯಲಿ
ಸಿಕ್ಕು ನಿನ್ನ ಅಸಲಿ ಹೆಸರೇನೆಂದು
ಮೂತಿ ತಿವಿದು ಕೇಳುವರು
ನಿನಗೆ ಮಾತ್ರ ಗೊತ್ತು ನನ್ನ ಹೆಸರು

ಒಂದು ಮುಂಜಾವಿಗೆ
ದಾಸವಾಳದ ಬೇರು ಕಿತ್ತು
ನೆರೆಮನೆಯವನು ಹೊಡೆಯಲು ಬಂದಾಗ
ನಾನೇಕೆ ನಿನ್ನ
ಹೂವಿನ ಲಂಗದಡಿ ಅವಿತು ಕೂತೆ
ಗೊತ್ತೆ ನಿನಗೆ

ಅವನ ಹೆಸರನ್ನು
'ಬೋಳಿಮಗ' ಎಂದು
ಪುಕಾರು ಎಬ್ಬಿಸಿ
ಊರು ಬಿಟ್ಟು ಓಡಿ ಹೋಗಲು
ಸಜ್ಜಾದಾಗ
ನೀ ಹಣೆಗೆ ಇಟ್ಟ ಮುತ್ತನ್ನೆ
ಪರವಾನಗಿ ಮಾಡಿಕೊಂಡು
ನಡುರಾತ್ರಿಯೇ ಹೊರಟೆ ರೈಲು ಹತ್ತಿ

ಅಕ್ಕ ನನಗೇಕೆ
ಊರೂರು ತಿರುಗಿದರೂ
ನಿನ್ನ ಹಾಗೆ ಒಂದೇ
ಹೆಸರಿನ ಹಂಗಿಲ್ಲ
ಆದರೂ ನಿನ್ನ ಹೆಸರಿಗಿಂತ
ಅಕ್ಕ ಎಂದೇ ಕರೆಯಲು ಎಷ್ಟು ಹಿತ
ಈ ಜೀವಕ್ಕೆ

ನಿರುಪಾಯ

ದರ್ಜಿಯ ಚಾಲಾಕಿ ಕಣ್ಣುಗಳಲಿ
ಕಾಲು ಮುರಿದುಕೊಂಡು
ಬಿದ್ದಿದೆ ಜಾಣ ಕವಿತೆ
ಅವನಿಗೆ ಏನೂ ಕೇಳುತ್ತಿಲ್ಲ
ಪಾಪ ಕವಿತೆ
ಆಗಿನಿಂದ ನೋವಿನಿಂದ ಚೀರುತ್ತಿದೆ

ಮಾರ್ಕು ಮಾಡಿಟ್ಟ
ಅಂಗಿಯ ತೋಳುಗಳನ್ನು
ಟಕಟಕ ಎನ್ನುವ ಮಷೀನಿಗೆ ಸಲೀಸಾಗಿ
ತೂರಿಸುತ್ತಾ
ದರ್ಜಿ ಬರೀ ಕಾಲಿನಲ್ಲಿಯೇ ತಾಳ
ಹಾಕುತ್ತಿದ್ದಾನೆ
ಸೂಜಿಯ ಒಡಲಿಗೆ ಸಿಕ್ಕಿದ
ನೂಲು ವಿರಹ ಚೆಲ್ಲುತ್ತಿದೆ ಅರಿವೆಯ ತುಂಬಾ

ಕುಂಟ ಕವಿತೆಯ ಅಳಲು
ಈಗ ಹೆಚ್ಚಾಗಿ
ಕಣ್ಣಿಂದ ಸುಂಯ್ಯಂತ ಜಿಗಿಯಲು
ಹಾತೊರೆಯುವ ಸಮಯ

ಮೂಗಿನ ಹೊಳ್ಳೆಗಳನ್ನು
ಬಲೂನಿನಂತೆ ಅರಳಿಸಿ ದರ್ಜಿ
ಒಮ್ಮೆಲೆ ಸೀನಿದ
ಅಕ್ಷೀ..!!!

ಅರೆರೆ
ಕವಿತೆ ಎಲ್ಲಿ ಹೋಯಿತು..?
ಪತ್ತೆ ಇಲ್ಲ
ಹ್ಹಾಂ..! ಅಗೋ ಮೂಲೆಗೆ
ನೇತು ಬಿದ್ದ ಜೇಡನ ಹಸಿದ ಬಾಯಿಗೆ

ಇಲ್ಲಿ ಏನಾಗುತ್ತಿದೆ ಎಂಬುದು
ಕುಂಟ ಕವಿತೆಗೆ ತಿಳಿಯುತ್ತಿಲ್ಲ
ಜೇಡ ಸಹ
ಕವಿತೆಯ ರುಚಿ ಕಂಡಿಲ್ಲ

ಆದರೆ ಕತ್ತರಿ ಪ್ರಯೋಗದಲ್ಲಿ
ದರ್ಜಿ ನಿರತನಾಗಿದ್ದಾನೆ

ಕವಿತೆಗೆ ಹೊಸ ಕಾಲು
ಕೊಟ್ಟು
ಅಂಗಿ ಹಾಕಿಸಿಯೇ ವಾಯು ವಿಹಾರಕ್ಕೆ
ಕಳಿಸಬಲ್ಲ ದರ್ಜಿ
ನಿದ್ದೆಗೆ ಜಾರಿ ಬೇಗ ನಿರುಪಾಯನಾಗುವ
ಸಂಭವವೇ ಹೆಚ್ಚಾಗಿದೆ

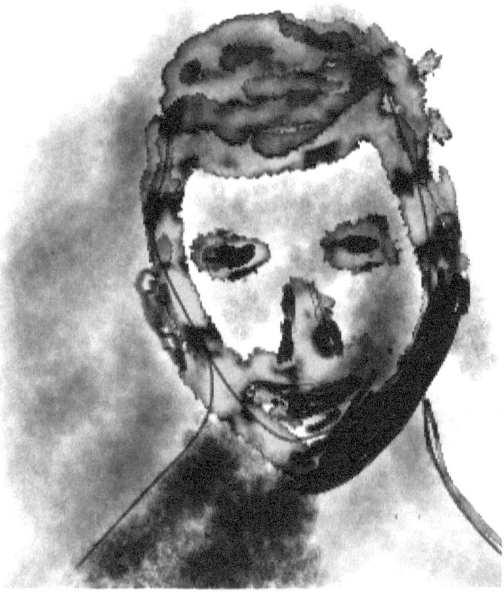

ಚೌಕಳಿ ಸೀರೆ

ಇನ್ನಂ ಸರ್ಟಿಫಿಕೇಟಿಗಾಗಿ
ನಾಲ್ಕು ದಿನಗಳಿಂದ
ಮುಂಜಾನೆ ಆರರ ಬಸ್ಸಿಗೆ
ಬಂದು
ಸರತಿ ಸಾಲಿನಲ್ಲಿ ತೂಕಡಿಸುವ
ಜೀವದ ಹೆಸರು ನರಸಮ್ಮ

ಹೀಗೆ ಒಂದು ನರಮ್ಮಾದ
ಜೊಂಪು ನಿದ್ದೆಗೆ ಜಾರಿ
ಸರತಿ ಸಾಲಿನಿಂದ ಹಿಂದೆಯೇ ಉಳಿದು
ಮುರಿದ ಬಳಪದಂತೆ
ಸಾಲುಗಟ್ಟಿದ ಜನರ ಜೊತೆ ಕಿತ್ತಾಡುವಾಗ
ಗುಮಾಸ್ತ ಧುತ್ತನೆ ಬಂದು
ನರಸಮ್ಮನನ್ನು ಮತ್ತೆ ಹಿಂದೆ
ಗದರಿಸಿ ನಿಲ್ಲಿಸುತ್ತಾನೆ

ಕೆಂಗಣ್ಣಿನ ಗುಮಾಸ್ತ
ಗದರಿದ ಮೇಲೆ
ಮುಷ್ಟಿ ಬಿಗಿ ಹಿಡಿದು ನಿಂತಿದ್ದಾಳೆ ಈಕೆ
ಎಲ್ಲಿ ಆ ಕಠಾರಿ ಮನುಷ್ಯ ಕತ್ತು ಹಿಡಿದು
ಹೊರಗೆ
ನೂಕುವನೋ ಎಂದು

ಬಂಜರು ಮುಖದಲ್ಲಿ
ದುಃಖದ ನೇಗಿಲೊಂದು ಆರ್ತವಾಗಿ
ಎಳೆದ ಗುರ್ತುಗಳಿದ್ದರೂ
ಸಣ್ಣ ಕೆಮ್ಮಿಗೆ ತೊಟ್ಟು ಜೀವ
ನಲುಗುತ್ತಿದ್ದರೂ ಯಾರು ಸಹ
ಬಾ ಎಂದು ತಮ್ಮ ನಡುವೆ
ಸೇರಿಸಿಕೊಳ್ಳುವುದಿಲ್ಲ ಇವಳನ್ನು
ಎಲ್ಲರೂ ಜಾಹೀರಾತಿನಂತೆ ನೋಡಿ
ಸುಮ್ಮನಾಗುವರು ಅಷ್ಟೇ

ಎಷ್ಟು ಮಂದಿಗೆ
ನರಸಮ್ಮನ ಮಜಬೂತಾದ ಕೈಗಳು
ಈ ಲೋಕ ತೋರಿಸಿರಬಹುದು
ನಿಂತವರ ಹೊಕ್ಕಳು ಬಳ್ಳಿಯ ಹಸಿ ನೆತ್ತರು
ಈಕೆಯ ಕಮ್ಮನೆಯ ಹಸಿರು ಚೌಕಳಿ ಸೀರೆಗೆ
ಅಂಟಿರಬಹುದು

ನಾನು ಹೇಳಿ ಬಿಡಲೇ
ಇವಳು ನನ್ನ ಅಜ್ಜಿಯೆಂದು
ಹೇಗೆ ಹೇಳುವುದು
ನಾನಾದರೂ
ಮಾತಿಗೆ ಸಿಗದ ಬರೀ
ಗಾಳಿಯಲ್ಲವೇ ನಾನು..!

ಅನುವಾದಕ

ನನಗೊಬ್ಬ ಅನುವಾದಕ ಸಿಕ್ಕಿದ್ದಾನೆ
ನೋವನ್ನು ಖುಷಿ ಅಂತಲೂ
ಅವಸಾನವನ್ನು ಸುಖಾಸನ ಅಂತಲೂ
ಕೊಳಕನ್ನು ಪರಿಶುದ್ಧ ಅಂತಲೂ
ನನಗೆ ಬೇಕೆಂದ ರೀತಿಯಲ್ಲಿ
ಎಲ್ಲವನ್ನೂ ಎಲ್ಲಾ ರೀತಿ ಅನುವಾದ
ಮಾಡಿಕೊಡುತ್ತಾನೆ

ಮೊದಲಿಗೆ
ನನ್ನ ಹಳೆಯ ನೆನಪುಗಳನ್ನು ಕೊಟ್ಟು
ಅನುವಾದ ಮಾಡು ಎಂದೆ
ಮಾಡಿದ
ನೆನ್ನೆ ಮೊನ್ನೆಯ ನಿರಾಸೆ ಕೊಟ್ಟೆ
ಅದನ್ನು ಸೊಗಸಾಗಿ ಮಾಡಿ ಕೊಟ್ಟ

ಏನು ಕೊಟ್ಟರು
ಅನುವಾದ
ಇಲ್ಲ ವಾದ ಎನ್ನುತ್ತಾನೆ ತಮಾಷೆಗೆ

ಬೆಳಗಿನ ಕೆಲಸ ಮುಗಿಸಿ
ಸರಿ ರಾತ್ರಿ ಬರುತ್ತಾನೆ ಮನೆಗೆ
ನಾನು ಅವನಿಗಾಗಿ ಎಚ್ಚರವಿದ್ದು
ನಿದ್ದೆಗೆಟ್ಟು ಅನುವಾದ ಮಾಡಿಸಿಕೊಂಡು
ಬೆಳಗ್ಗೆ ಚಿಗುರುವ ಮುನ್ನ ಕಳಿಸಿಕೊಡುತ್ತೇನೆ
ಅನುವಾದಕನನ್ನು

ಅನುವಾದ ಮಾಡಿ ಮಾಡಿ
ಇವನಿಗೆ ನನ್ನ ಬಗ್ಗೆ ಎಲ್ಲಾ ಗೊತ್ತಾಗಿದೆ
ಎಂದು ಅನಿಸುತ್ತದೆ
ಅಥವಾ ಮೆಲ್ಲಗೆ ಗೊತ್ತಾಗುತ್ತಿದೆ

ನಾನು ಕೆಲವೊಂದು ಹೇಳದೆಯೂ
ನನ್ನ ಭಾವ, ಭಕ್ತಿಯನ್ನು ಗಮನಿಸಿ
ಒಂದಷ್ಟು ಅನುವಾದ ಮಾಡಿಬಿಡುತ್ತಾನೆ

ಅದೆಷ್ಟು ಸರಳ ಭಾಷೆ ಇವನ ಅನುವಾದವೆಂದರೆ
ನನ್ನ ಘನ ಕಣ್ಣೀರನ್ನು
ಉರಿದ ಮೊಂಬತ್ತಿಯ ಹೆಜ್ಜೆ ಎಂದ
ನಾನು ಅವನನ್ನು ತಬ್ಬಿಕೊಂಡು
ಬೇಷ್ ಎಂದುಬಿಟ್ಟೆ.

ಸವೆದ ಕಣ್ಣಿನ ನಿರಾಳತೆ ನನ್ನ ಆವರಿಸುವ ಮುನ್ನ
ರೆಪ್ಪೆಗೊಂದು ತನ್ನ ಬೆರಳನ್ನು ತಾಗಿಸಿ
ಕನಸಿಗೆ ಅನುವಾದ ಮಾಡುವ ಮಾಂತ್ರಿಕ ಇವನು

ಕಾಫಿ ಕುಡಿದು ರಾತ್ರಿ ಪೂರಾ ಜಾಗರವಿದ್ದರೂ
ಒಂದು ವಾರ ಇವನ ಜೊತೆಗಿದ್ದರೂ
ನನಗಿನ್ನೂ ಆ ಕಸುಬು ಬಂದಿಲ್ಲ
ಬಂದಿದ್ದರೆ ಅವನಿಗೆ ಎರಡು ದಿನ ರಜೆ ಕೊಟ್ಟು
ಅವನ ನೋವನ್ನು ನಾನು ಅನುವಾದ ಮಾಡುತ್ತಿದ್ದೆ

ವಿಲೇವಾರಿಯಾಗದ ಇಂಗಿತ

ಇದೆಲ್ಲಾ ಒಂದು ದಿನ
ಸರಿ ಹೋಗಬಹುದು ಎಂದು
ಅಂದುಕೊಳ್ಳುತ್ತೇನೆ ನಾನು
ಬರೀ ಅಂದುಕೊಳ್ಳುತ್ತೇನೆ ಅಷ್ಟೇ

ಅಂದುಕೊಳ್ಳುತ್ತೇನೆ ನಾನು
ಉಗುರು ಕಡಿಯುತ್ತಾ ಯೋಚಿಸುತ್ತಾ ಕೂತ
ಅಕ್ಕನನ್ನು ತೊರೆದವನು
ಮರಳಿ ಬರಬಹುದು ಸಂಜೆಗೆ
ಅವಳನ್ನು ಹುಡುಕುತ್ತಾ
ಪುಟ್ಟನಿಗೊಂದು ಗಿಲಕಿ ತಂದು
ನನ್ನ ಪಾಲಿನ ಗಡಿಗೆಯಲ್ಲಿ ಒಂದು ಪಾವು ಹೆಚ್ಚಿಗೆ
ಅಂಬಲಿ ಉಳಿಸಬಹುದು ಬೆಚ್ಚಗೆ

ಅಂದುಕೊಳ್ಳುತ್ತೇನೆ ನಾನು
ಸೈಕಲ್ ಏರಿ ಫಾಸಲೆಗೆ ಹೊರಟ ಅಣ್ಣ
ಕಟ್ಟಿಗೆ ತರುವನು
ಯಾವುದೇ ಗಾಯಗಳಿಲ್ಲದೆ
ಮಳೆ ಬಂದರೆ ಗತಿಯೇನು ಎಂದು
ಕೊರಗುವ ಆಯಿ
ನೆಮ್ಮದಿಯ ನಿದ್ರೆ ಎಳಿಯಬಹುದು ಭಯವಿಲ್ಲದೆ

ಅಂದುಕೊಳ್ಳುತ್ತೇನೆ ನಾನು ಸುಮ್ಮನೆ
ಸುಟ್ಟ ಪಾತ್ರೆಯ ತಳ ಉಜ್ಜುತ್ತಾ ಕೂತ ತಂಗಿ
ಒಂದಲ್ಲ ಒಂದು ದಿನ ಡಿಗ್ರಿ ಮುಗಿಸಿ
ನೌಕರಿ ಪಡೆಯುವಳು ಯಾವುದೇ
ಖರ್ಚಿಲ್ಲದೆ

ಎಂದೋ ಹುಸಿಮುನಿಸು
ಮಾಡಿಕೊಂಡು ಸಂಗ ಕೆಡಿಸಿಕೊಂಡ ನನ್ನ
ವಾರಿಗೆಯ ಹನಿಗಳಂತಹ ಹುಡುಗರೆಲ್ಲಾ
ಕಲೆತು ಒಂದೇ ಮೋಡವಾಗುತ್ತೇವೆ ನಾಳೆಗೆ
ಜೂಜು ಕಲಿತ ಗೆಳೆಯ
ಸುಧಾರಿಸಬಹುದು ಮೆಲ್ಲಗೆ

ಅಂದುಕೊಳ್ಳುತ್ತೇನೆ
ಇದೆಲ್ಲಾ ಸರಿ ಹೋಗಬಹುದು
ನಾಳೆಗೆ
ನಾಳೆ ನಾನು ಇಲ್ಲದಿದ್ದರೂ
ಗಂಜಿ ಸಿಕ್ಕಬಹುದು
ಮನೆಯ ಹಿಂದಿನ ನಾಯಿಗೆ

ಎಷ್ಟು ಅಂದುಕೊಳ್ಳುವುದು
ಸುಧಾರಿಸಿದ ಚಾಕು
ಎದೆಗೆ ಚುಚ್ಚಿದರೂ ನೋವು ಬರದೇ
ಕೇವಲ ನೆನಪುಗಳು
ಕೇವಲ ಆಸೆಗಳು ಇರಿಯದಿದ್ದರೆ ಸಾಕೆಂದು

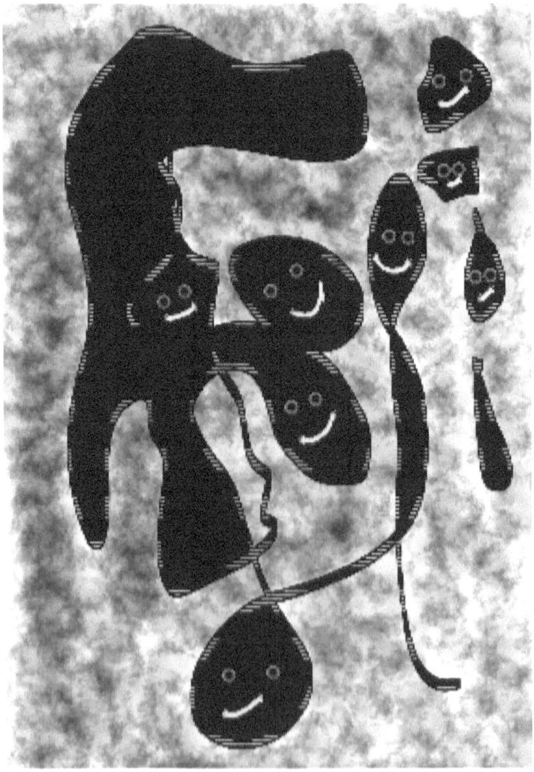

ಒಡ್ಡೆಯಾದ ಕಾವಲಿ

ನಾವು ತಾರೆಗಳನ್ನು ಎಣಿಸುತ್ತಾ
ಚಂದಿರನನ್ನು ಕಳೆದುಕೊಂಡವರು
ಅತೀವ ದಾಹಕ್ಕೆ ನೀರು ಕುಡಿದು
ತತ್ತರಿಸುವ ಹಸಿವು ಮರೆಸಿಕೊಂಡವರು
ಗುಡಿಯ ನೋಡಿ
ಗುಡುಗುಡಿಯ ಕಡೆಗಣಿಸಿದವರು

ನಾನು ಯಾರು ಎನ್ನುವುದನ್ನು ಕೇಳದೇ
ಯಾರನ್ನೋ ಅರಸುತ್ತಾ ಹೊರಟವರು
ವಿಳಾಸ ಬರೆದಿಟ್ಟುಕೊಂಡು
ಖಾಲಿ ಕಾಗದವನ್ನು ಕಳಿಸಿದವರು

ನಾವು ಪ್ರತಿಮೆಗಳನ್ನು ಆರಾಧಿಸುತ್ತಾ
ರಸ್ತೆಯಲ್ಲಿ ಮೂರ್ಛೆ ಹೋದವರು
ಸೂತ್ರಗಳನ್ನು ಮೆಚ್ಚುತ್ತಾ
ಸಿದ್ಧ ಸೂತ್ರಗಳಿಗೆ ನೇಣು ಹಾಕಿಕೊಂಡವರು

ಕುಬುಸಕ್ಕೆ ಹೊಲಿಗೆ ಹಾಕಲು ಕಲಿಯದೆ
ಅವಳ ಎದೆಗೆ ನಂಜು ಬೆರೆಸಿದವರು
ಬೂಟುಗಳಿಗೆ ಪಾಲಿಶ್ ಮಾಡುವ ನೆಪದಲ್ಲಿ
ಅಸಹಾಯಕಳ ಕಾಲಿಗೆ ಉಕ್ಕಿನ ಬೇಡಿ ಹಾಕಿದವರು
ನಾಚಿಕೆಯೂ ಬರದೇ
ಅವಳ ಜೊತೆಗೆ ನಿಂತು ಫೋಟೋ ಫ್ರೇಮಿಗೆ ಕಟ್ಟು
ಹಾಕಿಸಿಕೊಂಡವರು ನಾವು

ನಮ್ಮ ಸಂತತಿಯ ಬೆಳೆಸುವ ನೆಪದಲ್ಲಿ
ರಾಕ್ಷಸರ ಬೀಜಗಳ ನೆಟ್ಟವರು ನಾವು
ರಾಕ್ಷಸರ ಕೊಲ್ಲಲು ಸುಪಾರಿ ಕೊಟ್ಟು
ಘಟ ದೇವರಿಗೆ ಹರಕೆ ಹೊತ್ತವರು ನಾವೇ

ಆದಾಯಕ್ಕೆ ಆದಾಯ ಸೇರಿಸಿ
ಮನೆ ಕಟ್ಟಿ, ನಿವಾಸ ಎಂದು ಕರೆದು
ಬೇಲಿ ಹಾಕಿಕೊಂಡು
ಆಜಾದಿ ಎಂದು ಕೂಗುವವರು ನಾವು

ಯಾರದೋ ನೆನಪಿಗೆ, ಯಾರದೋ
ರಕ್ತಕ್ಕೆ ಪತರಗುಟ್ಟುವ ನಾವು
ನಾವು ಮನುಷ್ಯರು
ನಾವು ಖಾಲಿಪೀಲಿ ಮನುಷ್ಯರು

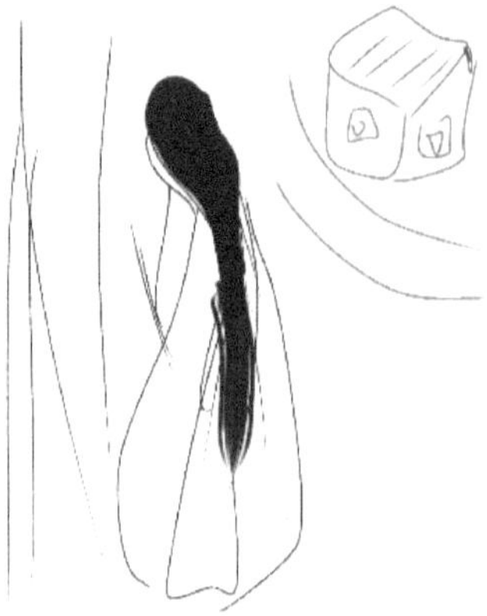

ಕಪ್ಪು ಪುಸ್ತಕ

ಪಟ್ಟಭದ್ರ ರಾತ್ರಿಯ ಹಿಡಿತದಿಂದ
ನನ್ನ ಗುಲಗಂಜಿ ತೂಕದ ನಿದ್ದೆ
ಸೆಣಸಾಡಿ, ಕನಸುಗಳು ಜೀವ ತೇಯ್ದು
ಗಂಭೀರ ನೆನಪಿನ ಕಾಯಿಲೆಯ ಕಾರಣ
ಹನ್ನೆರಡರ ಕಟ್ಟ ಕಡೆಯ ಕ್ಷಣದಲ್ಲಿ
ನನಗೆ ಸುಖವಾದ ನಿದ್ದೆ ಬರುತ್ತದೆ

ಮತ್ತೆ ಎಚ್ಚರವಾಗುತ್ತದೆ ಸರಿರಾತ್ರಿಯಲ್ಲಿ
ನೀರು ಕೇಳುತ್ತದೆ ಗಂಟಲು
ಕಟ್ಟಿಗೆಯಂತಹ ಕಾಲು ಜೋಮು ಬಿಡಿಸೆಂದು
ತಕ್ಷಣಕ್ಕೆ ಫರ್ಮಾನು ಹೊರಡಿಸುತ್ತದೆ
ಮಧ್ಯಾಹ್ನ ಅರ್ಧ ಹತ್ತಿ ಇಳಿದ ನನ್ನ ಶರೀರ
ಈಗಲೇ ಪೂರ್ತಿ ಮಾಡೆಂದು ಮರ ಕರೆಯುತ್ತದೆ

ಇಂಜಿನಿಯರ್ ಆಗಬೇಕೆಂದವನು
ಹೋಟೆಲ್ ಕ್ಯಾಶಿಯರ್ ಆದೆನಲ್ಲ
ಹೇಗೆಂದು
ಮಲಗಿದ್ದ ಗಡ್ಡದೊಳಗಿನ ಭೂತ ಕೇಳುತ್ತದೆ

ಹೊಟ್ಟೆ ತನ್ನ ಅಳತೆ ಮೀರಿ
ಅಂಗಿ ಗುಂಡಿಯಿಂದ ಇಣುಕಿ ನೋಡಿ
ಆಚೆ ಬಂದಿದ್ದನ್ನು ಕನ್ನಡಿಯಲ್ಲಿ
ನೋಡಿ ನಗುತ್ತೇನೆ

ಏನು ಮಾಡಬೇಕೆಂದು ತೋಚದೆ
ಪಾತ್ರೆ ತೊಳೆದು
ಈ ನಿದ್ದೆ ಬಾರದ ರಾತ್ರಿಯ ದಿನಾಂಕ
ಬರೆದಿಟ್ಟುಕೊಳ್ಳುತ್ತೇನೆ
ಅರೆ, ಎಷ್ಟೊಂದು ನಿದ್ದೆ ಹತ್ತದ ರಾತ್ರಿಗಳಿವೆ
ಈ ಕಪ್ಪು ಹೊದಿಕೆಯ ಪುಸ್ತಕದಲ್ಲಿ

ಕನ್ನಡಿಯ ನೋಡುತ್ತಾ
ಕಣ್ಣಿನ ಸುತ್ತಲಿದ್ದ ಕಪ್ಪು ವರ್ತುಲ ಹಳಿಯುತ್ತಾ
ಮತ್ತೇನೋ ದೀರ್ಘ ಆಲೋಚನೆ
ನಿದ್ದೆಯ ಕುರಿತು
ನೌಕರಿ, ಮದುವೆ, ಮಕ್ಕಳು, ಮನೆ, ಸಾಲ ಬಾಪ್ ರೆ

ಎಷ್ಟೊಂದು ಲಗೇಜು ನನ್ನ ಬಳಿ
ಸೋತು ಹೋಗುತ್ತೇನೆ ಯೋಚಿಸಿ ಯೋಚಿಸಿ

ಇನ್ನೇನು ಕೆಲ ಹೊತ್ತಿನಲ್ಲಿ
ಹಾಲಿನವನು ಬರುತ್ತಾನೆ ರಾಶಿ ರಾಶಿ
ತಾಜಾ ಹಾಲಿನ ಪ್ಯಾಕೆಟ್ಟು ಸೈಕಲ್ಲಿನಲ್ಲಿ ಹೇರಿಕೊಂಡು
ಅವನಿಗಾದರೂ ಕೇಳಬೇಕು
"ನಿನ್ನ ಪುಸ್ತಕದಲ್ಲಿ ಅದೆಷ್ಟು ಚಂದದ
ರಾತ್ರಿಗಳಿವೆ
ಒಂದು ರಾತ್ರಿಯಾದರೂ ನನಗೆ ಸಾಲ ಕೊಡು" ಎಂದು

ವೈಲ್ಡ್ ಅಂಡ್ ವಿಯರ್ಡ್

ನಾವಿಬ್ಬರು ಊರು
ತಿರುಗಿದೆವು
ಆಕಾಶದ ನೀಲಿಯನ್ನು
ಸಮವಾಗಿ ಹಂಚಿಕೊಂಡೆವು
ಪುಟುಪಾತಿನಲ್ಲಿ ಗಂಟೆಗಟ್ಟಲೆ
ಎಷ್ಟೋ ಸಲ
ನಿಂತುಕೊಂಡು ತೂಕಡಿಸಿದೆವು

ನಾನೊಂದಷ್ಟು ಸುಳ್ಳು ಹೇಳಿದೆ
ನೀನು ಅದರಷ್ಟೇ ಮೋಸ ಮಾಡಿದೆ
ಒಂದೇ ಸಮನೆ
ಒಂದು ಬೇಸನ್ ಸಮೋಸ ತಿಂದು
ತಣ್ಣನೆಯ ಪೆಪ್ಸಿಗಾಗಿ ಹಪಹಪಿಸಿದೆ ನೀನು
ನಾನು ಮಳ್ಳನಂತೆ ನಕ್ಕೆ

ತುಟಿ ಕಿತ್ತು ಬರುವಂತೆ
ನೀನು ನನಗೆ ಮುತ್ತು ಕೊಟ್ಟೆ
ನಾನು ಪ್ರತಿ ಸಂಜೆ
ಕಂಠಮಟ್ಟ ಕುಡಿದು ಮಲಗಿದೆ
ಹೇಳಬೇಕೆಂದರೆ ನಾವಿಬ್ಬರೂ
ಸ್ವಲ್ಪ ನಿದ್ದೆಯಲ್ಲಿಯೇ ಹೆಚ್ಚು ಉಸಿರಾಡಿದೆವು
ಒಂದೇ ಚಾದರದಲ್ಲಿ ಜ್ವರದ ಕಾವು
ಅನುಭವಿಸಿ ಗಳಗಳನೆ ಅತ್ತೆವು

ನೀನು ನನ್ನನು ಪ್ರೇಮಿ ಎಂದು
ಒಪ್ಪಲಿಲ್ಲ
ನಾನು ಏನನ್ನೂ ಕೇಳಲಿಲ್ಲ
ತನ್ನಿಂದತಾನೇ
ನಮಗೆಲ್ಲವೂ ಸಿಗುತ್ತಾ ಹೋಯಿತು
ನಾವು ಕಳೆದುಕೊಳ್ಳುತ್ತಾ ಹೋದೆವು

ನೆನಪಿದೆಯೇ
ಅರ್ಧ ವರ್ಷಕ್ಕಿಂತ ಹೆಚ್ಚು ನಾವಿಬ್ಬರು
ಮಾತಾಡಲಿಲ್ಲ

ಮತ್ತೆ ಇನ್ನೆಂದೋ ಸಿಕ್ಕಾಗ
ಉನ್ಮತ್ತರಾಗಿ
ನಮ್ಮ ಹೆಸರನ್ನ ನಾವೇ
ಅತಿ ಜೋರಾಗಿ ಕೂಗಿಕೊಂಡೆವು
ಕತ್ತಲಲ್ಲಿ ಚುಂಬಿಸುತ್ತಾ
ಮತ್ತೆ ಎಷ್ಟೊಂದು ರಾತ್ರಿ ಕಳೆದೆವು

ಈಗ ಹೇಳು
ಮುಂದಿನ ಸೀನ್ ಏನು..?

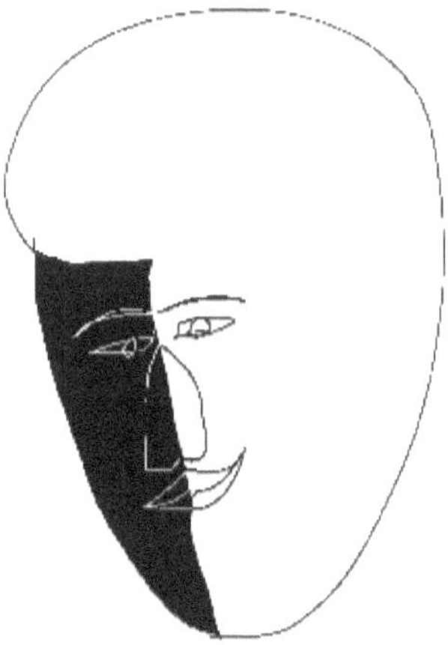

ಎಳನೀರಿನ ಗಂಜಿ

ಗಲಭೆಯ ಊರಿನಲ್ಲಿ
ದಿಕ್ಕು ತಪ್ಪಿ
ಅಳುತ್ತಾ ನಿಂತ ಕೂಸಿಗೆ
ಕಡು ಕೆಂಪು ಗೋರಂಟಿ ತುಂಬಿದ
ಕಿರುಬೆರಳು ದಾರಿ ತೋರುವುದಾದರೆ
ನೀನು ನನ್ನ ಬಾದಾಮಿ ಕಣ್ಣಿನ ಅಕ್ಕ

ಅಪ್ಪನ ಚಪ್ಪಲಿ ರಿಪೇರಿಗೆಂದು
ಅಣ್ಣನ ಉದ್ದ ತೋಳಿನ ಅಂಗಿ ತೊಟ್ಟು
ಸಲೀಸಾಗಿ ಬೀದಿ ದಾಟಿ
ಚಮ್ಮಾರನ ಬಳಿ ನಿಂತು ಏದುಸಿರಿನಲ್ಲಿ
ಚೌಕಾಶಿ ಮಾಡಿ
ನನಗೊಂದು ಕೇಸರಿ ಐಸ್‌ಕ್ಯಾಂಡಿ
ಜಬರಿಸಿ ಕೊಡಿಸುವ ದಿವ್ಯ ಕಿಡಿ ನನ್ನ ಅಕ್ಕ

ರೈಲಿನ ಸದ್ದಿಗೆ ಬೆದರಿ
ಅಮ್ಮನ ಸೆರಗಿನಲ್ಲಿ ಮುದುಡುವ
ಕೇಸರಿಬಾತಿನಲ್ಲಿ
ಹುರಿದ ದ್ರಾಕ್ಷಿ ಹೆಕ್ಕಿ ತಿನ್ನುವ
ಬಿಗಿಯಾದ ಜುಟ್ಟು ತೆಗೆದು
ಒಂಟಿ ಸಂಪಿಗೆ ಹೂ ಮುಡಿಯುವ
ಅಯಸ್ಕಾಂತದ ಮೊನಚು ನನ್ನ ಅಕ್ಕ

ಮಾಳಿಗೆಯ ನಿಚ್ಚಣಿಕೆ
ಸರಭರ ಏರಿ
"ಪುಕ್ಕಲ" ಎಂದು ನನ್ನ ಕೆಣಕುತ್ತಾ
ಇಳಿ ಸಂಜೆ ಕನ್ನಡಿ ಎದುರು ನಾಲ್ಕು ತಾಸು
ಗಲ್ಲದ ಮೇಲಿನ ಮೊಡವೆ
ಚಿವುಟುತ್ತಾ ನಿಲ್ಲುವ
ಕಾಮನ ಬಿಲ್ಲಿನ ದಿಕ್ಕು ನನ್ನಕ್ಕ

ಗಂಡನ ಮನೆಗೆ ಹೋಗುವಾಗ
ಬಿಕ್ಕಿಬಿಕ್ಕಿ ಅತ್ತು
ಕಣ್ಣಿನಲ್ಲಿ ಮೋಡ ಮಲಗಿಸಿಕೊಂಡು
ನನ್ನ ಕೆನ್ನೆಗೊಂದು
ಬೆಚ್ಚಗಿನ ಬಹುಮಾನ ಕೊಡುವ

ನನ್ನೆಲ್ಲಾ ಉಪದ್ರವ ಕವಿತೆ
ಅನುಮಾನದಿಂದ ಓದಿ
"ಕವಿ ಬಡ್ಡಿಮಗನೆ" ಎಂದು ಕಿವಿ ಹಿಂಡುವ
ನಕ್ಷತ್ರ ಬಳ್ಳಿ ನನ್ನಕ್ಕ

ದೀಪಾವಳಿಗೋ ಸಂಕ್ರಮಣಕ್ಕೋ
ತಿಳಿ ನೀಲಿ ಕ್ಯಾನ್ವಾಸಿನಲ್ಲಿ
ಕುಂಚ ಹಿಡಿದು ಕುಣಿಯುವ
ಎಳನೀರಿನ ಗಂಜಿ ನನ್ನಕ್ಕ
ಅಮ್ಮನ ಬಳಿ ಇಲ್ಲಸಲ್ಲದ ಚಾಡಿ ಹೇಳಿ
ಲವ್ ಬ್ರೇಕಪ್ಪು ಮಾಡಿಸಿದ ಗಯ್ಯಾಳಿ
ನನ್ನಕ್ಕ

ಸೊಕ್ಕಿನ ಹನಿ

ಕೆನ್ನೆಗೆ ಜಾರಿದ ಕಣ್ಣೀರು ಕುಡಿದು
ಮೂಕ ವೇದನೆಯನ್ನು ಧಿಕ್ಕರಿಸಿ
ಅವಮಾನಗಳ ಮೂಸೆಯನ್ನು ನೋಡುತ್ತಾ
ಕಣ್ಣಿನ ಕೊಳದಲ್ಲಿ
ಕಣ್ಣೀರು ಬೆಳೆದವನು ನಾನು
ನಿಮ್ಮ ನಿಷ್ಕರುಣೆಯ ನೋಟ
ನನ್ನ ಅಲುಗಾಡಿಸಲಾರದು

ಬೆಳಿಗ್ಗೆ ಹಸಿವಿನ ಜೊತೆ
ಎರಡು ಹನಿ ಕಣ್ಣೀರು
ಸಂಜೆಯ ನೆನಪಿಗೆ ಉಪ್ಪು ಬೆರೆತ
ಕನಸು
ರಾತ್ರಿಗೆ ಕನಸಿನ ಜೊತೆ ತೊಳಲಾಟದ
ಸಿಹಿಯಾದ ಕಣ್ಣೀರು
ನನ್ನ ಪಾಲಿಗೆ ಎಂದಿಗೂ ಇರುತ್ತದೆ
ನನ್ನಿಂದ ಕಿತ್ತುಕೊಳ್ಳಲಾರಿರಿ ನೀವು

ಗಾಳಿಗೆ ಧೂಳು ಜೀವ ಬಂದಂತೆ
ಮುಖ ತಿರುವಿ ಹಾಕಿ ಹೋದವರಿಗೆ
ನನ್ನ ಕಣ್ಣು ಪುಟಿಯುತ್ತದೆ
ಬೆನ್ನಿನಲ್ಲಿಯ ಜೀವಂತ ಸೊಕ್ಕು ಮೇಲೆದ್ದು
ಇನ್ನಷ್ಟು ಜೋರಾಗಿ ಅಳುತ್ತೇನೆ ನಾನು
ನನಗಾಗಿ ಅಲ್ಲ
ಕಣ್ಣಿನ ಸಲುವಾಗಿ ಅಷ್ಟೇ

ಯಾರು ಹೇಳಿದ್ದು
ಅತ್ತವನ ಹೃದಯವೂ ಅವನ ಜೊತೆ
ಕಣ್ಣೀರು ಹಾಕುತ್ತದೆ ಎಂದು
ಪರಮ ಸುಳ್ಳು ಅದು

ಹೃದಯ ಬಡಿಯುತ್ತದೆ
ಹೃದಯ ಕಣ್ಣೀರು ಸುರಿಸಿದರೆ
ಜೇಬು ಹಸಿಯಾಗುತ್ತದೆ
ಹೃದಯದಲ್ಲಿ ನೆನಪು ಹೆಚ್ಚಾದರೆ

ಎದೆ ಸೆಟೆದು ನಿಂತ ಹುಡುಗ

ದೂರದಲ್ಲೆಲ್ಲೋ ಗಮನ ಸೆಳೆಯುವ
ನಕ್ಷತ್ರ ರಾಶಿ, ಫುಟ್ಬಾಲು ಆಟ,
ಬೆಳಕಿನ ದಿಬ್ಬಣ, ಇನ್ನೆಲ್ಲೋ
ಸಮರಕ್ಕೆ ನಿಂತ ಕ್ರೌಂಚ ಪಕ್ಷಿಯ ಅನುರಣನ
ಆಟದಲ್ಲಿ ಸೋತ ಕೂಡಲೇ
ಚಿತ್ತ ಚಂಚಲನಾದ ಪೆಂತೇರಿ ರೆಫರಿ

ಮೂಳೆಯೊಳಗಿನ ಮೇಣ
ಚೆನ್ನದಂತೆ ಕುದಿಸುತ್ತಿದ್ದಾನೆ ಹುಡುಗ
ಸುಮ್ಮನೆ ಕೆಣಕುತ್ತಿವೆ ಸೊಕ್ಕಿನ ಇಲಿಗಳು
ಕಿಟಕಿ ತೆರೆದೇ ಇದ್ದರೂ
ಗಾಳಿ ಹಿಡಿದಿಟ್ಟುಕೊಂಡಿದೆ ಬಾಗಿಲನ್ನು
ಇನ್ನಷ್ಟು ಗಟ್ಟಿಯಾಗುತ್ತಿದೆ ಅವನ ಎದೆಯ ಕಂಬನಿ

ಯಾರವರು ಬೇರೆ ಮಾಡಿದವರು
ಆ ಸರಸರ ಈಜುವ ಹುಡುಗನನ್ನು
ಸೈಕಲ್ಲು ಏರಿ
ಸೂರ್ಯನನ್ನು ಪಡಸಾಲೆಗೆ ತಂದು ಕೂರಿಸಿದವನನ್ನು
ಬಳಪದಿಂದ ಆತ್ಮ ಶುದ್ಧಿ ಎಂದವನನ್ನು
ಯಾರು ದಸ್ತಗಿರಿ ಮಾಡಿಸಿದವರು
ಲಕ್ಷ ಲಕ್ಷ ಮಿಂಚು ಹುಳ ನುಂಗಿದವನನ್ನು

ಕೀಟ ಕ್ರಿಮಿಗಳ ಪಾದಯಾತ್ರೆಗೆ
ವಿಷ ಕಾಯಿಸುವ ಎದೆಯ ಜ್ವಾಲೆಯ
ಗೂಡು ಕೆಂಪಗಾಗಿದೆ
ಚೆಂಡು ಒದೆಯುವ ಕಾಳಗಕ್ಕೆ
ನಿಮ್ಮ ತಲೆಗಳನ್ನೆ ಬಳಸಿಕೊಳ್ಳುವನು
ಆ ಎದೆ ಸೆಟೆದು ನಿಂತ ಹುಡುಗ

ಕೊನೆಗೆ ಹಠಮಾರಿಯನ್ನು
ನೀವು ಕೊಲ್ಲಬಹುದು ಗೆಲ್ಲಲಾಗುವುದಿಲ್ಲ
ಎಚ್ಚರ

ಕಪ್ಪು ಕಪ್ಪು ಕಪ್ಪು

ಕಪ್ಪು ಹೂವು ಚಿಗುರುವ ಕತ್ತಲಲ್ಲಿ
ಕಪ್ಪು ನಕ್ಷತ್ರವೊಂದು ಕಳೆದುಹೋಗಿದೆ
ತಂಪಾದ ಅಂಬಲಿಯ ಗಸಿ ತೆಗೆದು
ಬೆಳೆಸಿದ್ದಳು ಕಪ್ಪು ಹೂವಿನ ರಾಶಿ
ಕಪ್ಪು ಮೈ, ಕಪ್ಪು ಹೃದಯ ಉಳ್ಳವಳು

ಕತ್ತಲಲ್ಲಿ ಹುಟ್ಟಿದೆ ಎಂದು ತನ್ನ ಕಪ್ಪು ತುಟಿ ಕಚ್ಚಿ
ಉಮ್ಮಳಿಸಿ ಹೇಳುವಾಗ ಅವಳು
ಕಡು ಕಪ್ಪಾದ ಉಪವನ ಕತ್ತಲಲ್ಲಿ
ಮಿನುಗಿತ್ತು ಕಪ್ಪು ಲೋಕ
ಅಲ್ಲೊಂದು ಕಪ್ಪು ನಕ್ಷತ್ರದ ಬೆಳೆ ಬರುವುದರಲಿತ್ತು

ಅದೆಷ್ಟೋ ನಕ್ಷತ್ರ ನೋಡಿರುವಿರಿ
ನೀವು ಕಪ್ಪು ನಕ್ಷತ್ರ ನೋಡಿರುವಿರಾ
ನಾನು ಅವಳು ಬೆಳೆಸಿದ ಕಪ್ಪು ಉಪವನದಲ್ಲಿ ಬೆಳೆದವನು
ನನ್ನದು ಅವಳಂತೆ ಕಪ್ಪು ನೆತ್ತರು
ನನ್ನ ಹಳಸಿದ ಬಾಲ್ಯದಂತೆಯೇ ಅವಳದು
ಮಸಿಯ ಸ್ಲೇಟಿನಲ್ಲಿ ಮಸಿಯಲ್ಲಿಯೇ ಗೀಚಿದಂತೆ

ಮಸಿಯ ಸ್ಲೇಟಿನಲ್ಲಿ ಬರೆಯಲು
ಕಲಿಸಿದ್ದು ಆ ನನ್ನ ಒಲವಿನ ಕಪ್ಪು ನಕ್ಷತ್ರ
ಕತ್ತಲಲ್ಲಿ ತಪ್ಪು ಕಾಣುವುದಿಲ್ಲ ಎಂದೆ ಅವಳು
ಗೀಚಿಸಿದಳು ಕೈ ಹಿಡಿದು
ಕಪ್ಪು ಹೂವನ್ನು ಮುಡಿಗೆ ತೊಟ್ಟಿದ್ದವಳು
ಸರಿಯಾಗಿ ನಾಚಲು ಬರದವಳು

ಅದೇ ಅವಳು ಕಪ್ಪು ಮೈ ಉಳ್ಳವಳು
ಅತ್ತಾಗ ಮಾತ್ರ ಕಪ್ಪು ಕಂಬನಿಯನ್ನೆ
ಹೆರುವವಳು
ಪ್ರತಿ ಬಾರಿ ನಕ್ಕಾಗ ಬಣ್ಣದ ನಗುವನ್ನು
ಉಕ್ಕಿಸುತ್ತಿದ್ದವಳು ಕಳೆದುಹೋಗಿದ್ದಾಳೆ ಕಪ್ಪು ರಾಶಿಯಲ್ಲಿ

ನೀವೊಮ್ಮೆ ಹುಡುಕಿ ನಿಮಗೊಮ್ಮೆ ಸಿಕ್ಕರೆ
ಕಪ್ಪು ಹೂವಿನಲಿ
ಅವಳ ಮೈಯ ಕಪ್ಪು ಗಂಧ
ಅವಳ ಕಂಪು ಸಿಗದಿದ್ದರೆ ನೀವು ತಪ್ಪು ತಿಳಿಯಬೇಡಿ

ಕಾರಿನ ಗಿಯರು

ನೀವು ಕಾರಿನ ಒಂದನೇ ಗಿಯರು ತೆಗೆದು
ಎರಡನೇ ಗಿಯರಿಗೆ ಬದಲಾಯಿಸಿದಂತೆ
ನಾನು ಸಹ ಹಾಗೆ ಬದಲಾಯಿಸಿ ಬಿಡುತ್ತೇನೆ
ಆದರೆ ನಾನು ನಿಮ್ಮೊಳಗೆ ಒಬ್ಬ ಅಲ್ಲ
ನನಗೆ ಮುಂದಿನ ಗಿಯರುಗಳ ಬಗ್ಗೆ ಗೊತ್ತಿಲ್ಲ

ನಿಮ್ಮ ಹಾಗೆ ಸುಳ್ಳು ಹೇಳುತ್ತೇನೆ
ನನ್ನ ಸುಳ್ಳಿಗೆ ಕಾರಣಗಳು ಬೇರೆ
ನಿಮ್ಮ ಸುಳ್ಳಿಗೆ ಎಲ್ಲವೂ ಗೊತ್ತಿರುವುದು
ನನ್ನ ಸುಳ್ಳಿಗೆ ಏನೂ ಗೊತ್ತಿಲ್ಲ
ನಾಲಿಗೆ ರುಚಿಮೊಗ್ಗು ಹಸಿವು ಎಂದ
ಕೂಡಲೇ ನನ್ನ ಸುಳ್ಳು ಬಂದೇ ಬಿಡುವುದು
ನನಗೆ ಗೊತ್ತಿಲ್ಲದೆ ಮಳೆಗಾಲದಲ್ಲಿ ಬಿಕ್ಕಳಿಸುವ ಹಾಗೆ

ನನ್ನ ಅಕ್ಕನ ಮದುವೆಯ ದಿನ
ನಾನು ಕುಣಿಯಲಿಲ್ಲ ನಿಮ್ಮ ಹಾಗೆ
ಅವಳ ವರ್ಜಿನಿಟಿ ಸರ್ಟಿಫಿಕೇಟು ಎರಡು ಕಾಪಿ
ಜೆರಾಕ್ಸ್ ಮಾಡಿಸಿಕೊಳ್ಳಲು ನಿಂತಿದ್ದೆ
ಚೋದಿ ಮಗನೆ ಒಂದು ಕಾಪಿಗೆ ಎರಡು ರೂಪಾಯಿ
ಮಾತ್ರ ಎಂದಾಗ ತತ್ತರಿಸಿ ಹೋದೆ

ಬನ್ನಿ ಗೆಳೆಯರೆ ಸಂತೋಷ ಕೂಟಕ್ಕೆ
ನನ್ನ ಬೂಟಿನಲ್ಲಿ ಎರಡು ಹೊಲಿಗೆಗಳು ಬಿದ್ದವು
ನಾನೇ ಹೊಲೆದುಕೊಂಡೆ
ನನ್ನದೇ ನಾಡಿಯ ಕಿತ್ತುಕೊಂಡು
ಚಪ್ಪರಿಸಿ ಎಲುಬು ಕಡಿಯಿರಿ ಗೆಳೆಯರೆ
ನನ್ನ ಅಕ್ಕನ ಗಂಡನಿಗೆ ಕೆಲಸ ತಪ್ಪಿ ಹೋಯಿತು

ಬೇಕರಿಯ ಮುಂದೆ ಸುತ್ತುವರಿದ
ನೊಣದ ಹಾಗೆ ನಿಮ್ಮ ಮುಂದೆ ನಿಲ್ಲುತ್ತೇನೆ
ಸಾಲಕ್ಕಾಗಿ ಎಂದಿನಂತೆ
ಕೊಬ್ಬರಿಯ ಹಾಗೆ ನೀವು ನನ್ನ ಜೀವ ತುರಿಯುವಿರಿ
ಅಪ್ಪಾಯ ಬಡ್ಡಿಗಾಗಿ

ಎಂಥಾ ತಮಾಷೆ ಇದು ಅಲ್ಲವೇ
ನಾನು ಹೇಗಾದೆ ನಿಮ್ಮೊಳಗೆ ಒಬ್ಬ

ನನಗೆ ಜನವರಿಯಾದ ಮೇಲೆ
ಮುಂದಿನ ತಿಂಗಳು ಕಲಿಸಿಕೊಡಿ
ಯಾವುದೆಂದು
ಅಕ್ಕನ ಮಗ ಕೇಳುವನು ಗಿಲಕಿ ಬೇಕೆಂದು
ಏನು ಮಾರಲಿ ಅವನ ಸಂತಸಕ್ಕೆ

ನನಗೆ ಕಲಿಸಿಕೊಡಿ ಮಾರಾಯರೆ
ಹೇಗೆ ಬದಲಾಯಿಸಲಿ
ಕಾರಿನ ಮುಂದಿನ ಗಿಯರು

ಸೂಜಿ

ನನ್ನನು ಒಂಟಿ ಕಣ್ಣಿನ ಸೂಜಿಯನ್ನಾಗಿ
ಮಾಡಿ ಬಿಡು
ಹಡೆದ ತಾಯಿಯೇ
ಯಾರಿಗೋ ಜರೂರತ್ತಿನ ಕುಲಾವಿಯೋ
ರಜಾಯಿಯೋ ಹೊಲೆದು
ಸವೆದು ತುಂಡಾಗಿ ಬಿಡುವೆನು

ಪ್ರೇಮದ ನೂಲು
ಅತ್ತಿಂದ ಇತ್ತ ಇದೇ ಕಣ್ಣಿಂದ
ಹೊರಟು
ಬಯಕೆಯ ತುತ್ತ ತುದಿ ನಲುಗುವಾಗ
ಅದು ಎಚ್ಚರವೋ ಅಮಲೋ
ನನಗೆ ತಿಳಿಯದಂತಾಗಲು
ನಾನು ಸೂಜಿಯಾಗಲೇ ಬೇಕು

ನನ್ನ ಒಳ ಹೊರಗು
ನಿಶ್ಚಲ ನಿರ್ಗುಣದಂತೆ ಕಾಣಿಸುವ ದರ್ಪಣ
ನನ್ನ ಕಣ್ಣೇ ಆಗುವುದಾದರೆ
ಸೋಜಿಗದ ಕನ್ನಡಿ ಬೇಡ ನನಗೆ

ದಿಟ್ಟ ಸೂಜಿಯನ್ನಾಗಿ ಹೆತ್ತು ಬಿಡು
ತಾಯಿಯೇ ಒಮ್ಮೆ
ಎರಡೆರಡು ಬಿಂಬ ಕಂಡು
ಕಣ್ಣಿನ ಬೊಂಬೆ ಸವೆದಿದೆ ನನ್ನದು

ಪ್ರತಿ ನೇಯ್ಗೆಯ ಆತ್ಮ ಹೊಕ್ಕು
ಹೊರ ಬರುವೆನು
ಇನ್ನೊಂದು ದಿಕ್ಕಿನಿಂದ

ದಾರಿ ಬರೆದು ನೋಟದಲ್ಲಿ
ಒದ್ದಾಡಿ ಮಲಗುವೆನು
ಸುರುಳಿ ಸುತ್ತಿದ ನೂಲಿನಲ್ಲಿ
ತಾಳ್ಮೆಯ ಎಂಜಲು ಸೋಕಿಸಿದ
ನೂಲು
ಇಂಚಿಂಚು ಅಂತರಂಗದೊಳಗೆ ಇಳಿದು

ಪ್ಯೂಪಾ

ಬೆನ್ನು ಹುರಿ
ಹೊಸೆದ ಹಗ್ಗವಾಗಲಿ
ನನ್ನ ನಡು ಹಿಡಿದು ನಡೆಸುವ ಕೈಗೆ
ಸುಲಭವಾಗಲಿ
ಗಾಯವನ್ನು ತಬ್ಬಿ ಹಬ್ಬುವ
ಕಾರುಣ್ಯದ ಸೂಜಿಯನ್ನಾಗಿ
ಹೆತ್ತು ಬಿಡು ತಾಯಿ ಒಮ್ಮೆ

ಸ್ಪೈಡರ್

ಯಾರೋ ಸಂತೆಯಲ್ಲಿ ನಿಂತು
ಹಳೆಯ ಹಾಡು ಗುನುಗುನಿಸುವಂತೆ
ಮೊದಲ ಮಳೆಗಾಲದ ಸವಿಯಲಿ
ಚಿಗುರಿಕೊಂಡ ಬೇವಿನ ಬೀಜ
ಆಸ್ವಾದಿಸುವಂತೆ
ಈಗಷ್ಟೇ ಜೇಡವೊಂದು
ನೂಲು ಹೆಣೆದು ಹೋಗಿದೆ

ಫ್ಯಾನಿನ ಮೆದು ಗಾಳಿಗೆ
ಗೋಡೆಯ ಮೂಲೆಯೊಂದರಲ್ಲಿ
ಸೊಗಸಾಗಿ ಬಳುಕುತ್ತಾ
ಕಿಟಕಿಯಂಚಿನ ಬೆಳಕಿಗೂ ಮೈಯೊಡ್ಡಿ
ತನ್ನ ಹಗುರ ಪಂಜರವ
ತೊಳೆದುಕೊಳ್ಳುತ್ತಿದೆ
ಅದೇ ನನ್ನ ಛೇಡಿಸಿ ಹೋದ
ಜೇಡ ಕಟ್ಟಿದ ಬಲೆ

ಅಮ್ಮನ ನಾಜೂಕು
ಕಣ್ಣಿಗಿದೇನಾದರೂ ಬಿದ್ದರಂತು
ಮುಗಿಯಿತು
ನಾದಿದ ಹಿಟ್ಟಿನಂತೆ ಕಸಬರಿಕೆಯಲಿ
ದಿಕ್ಕು ದಿಕ್ಕುಗಳಿಗೂ ಗುಡಿಸಿ
ಆಕಸ್ಮಿಕವಾಗಿ ಬಲೆಗೆ ಬಿದ್ದ
ಹುಳ ಹುಪ್ಪಟೆಗಳ ಮೇಲೆಲ್ಲಾ
ದಿಢೀರನೇ ದಾಳಿ ನಡೆಸಿಯೇ ಬಿಡುತ್ತಿದ್ದಳು

ಸಾಗರದಾಚೆ ಓಡಲೆತ್ನಿಸುವ
ಅಲೆಗಳ
ವ್ಯರ್ಥ ಪ್ರಯತ್ನದೊಂದಿಗೆ
ನಿನ್ನ ಆಮಿಷಗಳಿಗೆ
ಸೆರೆಯಾಗುವವು ನೋಡು
ದೆಸೆಯಿಲ್ಲದ ಸಣ್ಣ ಜೀವದ ಕನಸುಗಳು

ಪ್ಯೂಪಾ

ಬಿಟ್ಟುಬಿಡು ಚಪಲವ
ಮರೆಯಲಿ ಮುಖ ಹುದುಗಿಸಿ
ಮಿಕಕ್ಕಾಗಿ ಕಾದಿರುವ ಚತುರ ಜೇಡವೆ
ನಿನ್ನದೇ ಒಡಲಲಿ ತಯಾರಾದ
ನೂಲಿನಿಂದ
ಶಟೋರ್ಂದನ್ನು ಹೊಲಿದು ಕೊಡು ನನಗೆ
ನಿನಗೆ ನಾನೇ ಆಹಾರವಾಗುತ್ತೇನೆ..!

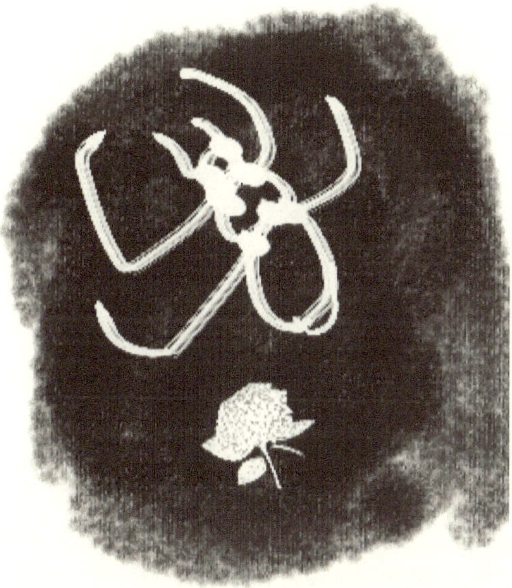

ರಾಟೆ

ನಿನ್ನ ಬೆನ್ನಿಗೆ ಯಾವ
ಬಣ್ಣವಿದೆ ಹೇಳಿ ಬಿಡು ಈ ದಿನ
ನೀಲಿ ಬಣ್ಣಕೆ ಹಗುರವಾಗಿ
ಅದ್ದಿ ತೆಗೆದ ಒಂದೇ
ಕುಂಚವಿತ್ತು
ಅದನ್ನೂ ಕಳೆದುಕೊಂಡೆ ನಿನ್ನೆ ಸಂಜೆ

ಬಹುದೂರಕೆ ಹೊರಟ
ಕನಸನ್ನು
ಪಾಸುಪೋರ್ಟು, ವೀಸಾ ಇಲ್ಲದೆ
ಇಳಿಸಿಬಿಟ್ಟರು
ನೆರಳೇ ಇರದ ನಿಲ್ದಾಣದಲ್ಲಿ
ಅದಕ್ಕೀಗ ನಿನ್ನ
ಕನಸಿನಲ್ಲಿ ನಾ ಎಷ್ಟು ಕಿಲೋ ಮೀಟರು
ಬೆವರಿನಲ್ಲಿ ತೋಯಬೇಕು

ಯಾರ ಯಾರದೋ
ಕಣ್ಣಿನೇಟಿಗೆ ತುತ್ತಾಗಿ
ಊರಲ್ಲೆಲ್ಲಾ
ಬಗೆಬಗೆಯ ಮಂದಿರಗಳಾದವು
ಹತಾಶ ಕಲ್ಲು ಭಗವಂತನಾಗುವುದು
ಪ್ರೇಮದಲ್ಲೇ ಇರಬೇಕು ಹೀಗೆ

ನೇರಳೆ ಹಣ್ಣು
ಹೇರಳವಾಗಿ ಉದುರುವ
ನಿನ್ನೂರಿನ ಮುಖ್ಯ ದ್ವಾರ ಹೇಗೆ
ನಿಂತಿದೆ ಬಿಕೋ ಎಂದು
ಅದರ ನಡುವೆ ಮಿಸುಕಾಡುವ
ಬೆಳಕಿನ ಹಿಂಡು
ಕುಂಚ ಕಳೆದುಕೊಂಡ ನನ್ನ ಸಂಕಟ
ಹೇಳುತ್ತಿದೆ ನೋಡು

ಕೆಮ್ಮು

ಕಡಲು ದಾಟದ
ಅಲೆಗಳಿಗೇಕೆ ತೀರವ
ಪದೇ ಪದೇ ತಾಕುವ ಉತ್ಸಾಹವೂ

ಉಸಿರನ್ನೆ ಹೋಲುವ
ತಂಗಾಳಿಗೇಕೆ ಚಿರನಿದ್ರೆಗೆ
ಜಾರಿದ ಬೆಟ್ಟವನ್ನೇ ಆಲಂಗಿಸುವ
ಪುಣ್ಯವೂ

ಹೂವಿನ ಕಛೇರಿಯೊಂದಕ್ಕೆ
ಭೇಟಿ ಮಾಡಿದ್ದ
ಮಳೆಹನಿಗೇಕೆ ಅಲ್ಲೆ
ತಳವೂರುವ ಶಾಪವೂ

ನಸುಕು ಹರಿದುಹೋಗಿ
ಎಳೆ ಬಿಸಿಲಿಗೆ ಎದೆಯೊಡ್ಡುವ
ಬಾನಿಗೇಕೆ
ಯಾರೂ ಊಹಿಸದ ಸಂಕೋಚವೂ

ಕಿರು ತೊರೆಯಾಗಿ
ಹರಿದಾಡುತ್ತಲೇ ಗುರಿ ಸೇರಿದ
ನಗ್ನ ಬೆಳಕಿಗೇಕೆ
ಕತ್ತಲೆಯೆಂಬ ಇನ್ನೊಂದು ಮುಖವೂ

ಏನೋ ಬರೆಸಿಕೊಂಡ
ಶಾಯಿಯಲ್ಲಿ
ಏನೂ ಮೂಡದೇ ಮಾಯವಾದಾಗ
ಅಕ್ಷರಗಳಿಗೇಕೆ
ಕಾಗದವ ದೂರುವ ಖಾಲಿತನವೂ

ಸೋಲು
ಗೆಲುವುಗಳ ವಠಾರಕ್ಕೆ ಸಿಲುಕದೇ
ಹಾರಿಸಲಾಗಿದೆ ಕವಿತೆಯೂ
ಕವಿಗೆ ಬರಲಿ ನೂರು ಜನ್ಮವೂ

ಲಂಕೇಶ್ ಬಂದಿದ್ದರು

ಹೀಗೊಂದು ತಾರುಣ್ಯದ ಸಂಜೆ
ಬಹುಬೇಗ ರಾತ್ರಿಯಾಗಿತ್ತು
ಇಷ್ಟಗಲ ಬಾಗಿಲ
ಹೊರಗಿನಿಂದ ನುಸುಳಿ ಬಂದ
ಮುಖವಿಲ್ಲದ ನೆರಳುಗಳು
ಒಂದೇ ಸಮನೆ ಕೂಗಿಕೊಂಡವು

ನನಗೋ ಮೇಲೇಳಲಾಗದಂತ
ಭೀಕರ ಚಳಿ ಎದೆಯೊಳಗೆ ನುಗ್ಗಿತು
ಸೂಕ್ಷ್ಮವಾಗಿ ತಿರುಗುತ್ತಿದೆ
ಹರೆಯದ ಬೀಸಣಿಗೆ
ಮೊಣಕಾಲಿನ ರೇಷಿಮೆ ರೋಮವೆಲ್ಲಾ
ದಿಟ್ಟ ಸೂಜಿಗಳೇ ಆದವು

ಸಂಪ್ರದಾಯವಿಲ್ಲದೆ ಹೇಗೋ
ತೂಗಿ ಬಿದ್ದ ಮಲ್ಲಿಗೆ ಕ್ಯಾಲೆಂಡರಿನ
ಪುಟಗಳಲ್ಲಿ
ಪೂರ್ಣಿಮೆ, ಅಮವಾಸ್ಯೆ, ಬಿದಿಗೆ,
ತದಿಗೆ, ಏಕಾದಶಿಗಳ ದೇಶಾವರಿ ನಗು

ಮೆಲ್ಲಗೆ ತೆವಳಿಕೊಂಡೇ
ಹೋಗಿ
ಎದೆ ಚಿಪ್ಪು ಬಿಗಿ ಹಿಡಿದು
ಯಾರೆಂದು ಕೇಳಿದೆ..?
ಹಾದು ಹೋಗುತ್ತಿದ್ದ ಶೀತದ ಗಾಳಿ
ಮುಖಕ್ಕೆ ರಪ್ಪೆಂದು ರಾಚಿತು

ಲಂಕೇಶರ ತುಂಟ
ಕವಿತೆಯೊಂದು ಸೀದಾ ನಾಲಿಗೆಗೆ
ಬಂದು ಹೋದಂತೆ
ಯಾರೋ ಗಹಗಹಿಸಿ ನಕ್ಕರು

ಹೊರಗೆ ಸ್ವತಃ
ಲಂಕೇಶರೇ ಎಲ್ಲರನ್ನೂ ಸುಮ್ಮನಿರಿಸಿ
'ಹೇಗಿದ್ದಿ ಮಗು' ಎಂದರು

ಅವರ ಸುತ್ತೆಲ್ಲಾ ಬರೀ ಪಾತ್ರಗಳು
ಮತ್ತು ಲಂಕೇಶರ ಕೈಯಲ್ಲಿ ಬೆಂಕಿ
ತಾಗದ ಸಿಗರೇಟು

ನಾ ಎಲ್ಲರನ್ನೂ ಒಳ ಕರೆದೆ

ಮಂಚ

ಹಲೋ ನೀವು
ಹೌದು ನೀವೆ...., ನಿಲ್ಲಿ..!

ಒಂದು ಮೂಕ ಮೂಲೆಯಲ್ಲಿಯೇ
ತನ್ನ ಆಯುಷ್ಯ ಕರಗಿಸುವ
ಮಂಚವನ್ನು
ಬೇರೆಡೆ ಸಾಗಿಸುವುದು ಹಾಗಲ್ಲ

ನಿಮ್ಮ ಬಲಗೈ ಮುಂದೆ ಬಂದು
ತುಟಿಯ ತುದಿ ಕಚ್ಚಿ
ಸರಭರ ಅತ್ತಿತ್ತ ಎಳೆದಾಡಿದರೆ
ಮಂಚ ಅಲುಗಾಡುವುದಿಲ್ಲ

ಕಡಲ ತೀರದ ರೇತಿಯಲಿ
ಉಲ್ಲಾಸದ ಕಿರಣವೊಂದು ನಿಧಾನವಾಗಿ
ಮೇಲೇಳುವಂತೆ
ಮೊದಲು ಮಂಚವನ್ನು ನೀವು
ಅವಶ್ಯವಾಗಿ ಹುರಿದುಂಬಿಸಬೇಕಲ್ಲವೇ..?

ಮಂಚಕ್ಕಿರುವುದು ನಾಲ್ಕೇ
ಕಾಲಾದರೂ
ಬೇನಾಮಿ ವೃದ್ಧರನ್ನು ಆಸ್ಪತ್ರೆಗೆ
ಕರೆದೊಯ್ಯುವ ಹಾಗೆ ಮಂಚವನ್ನು ಅತ್ತ
ಇತ್ತ ತೇಲಿಸಬೇಡಿ ಪ್ಲೀಸ್..!
ಮಂಚಕ್ಕೆ ಕೊಬ್ಬಿದ ಕಾಲುಗಳಿದ್ದರೂ
ಅದಕ್ಕೆ ಚಲನೆಯೆಲ್ಲಿದೆ ಹೇಳಿ..?

ಒಂದು ನಿರಾಳ ನಿರುತ್ಸಾಹದಿಂದ
ಹಿಮಾಲಯದ ಗುಡ್ಡೆಗಳನ್ನೆ
ಎತ್ತೇಬಿಡುವೆನೆಂಬ
ಹುಂಬ ಹಠವ ಬಿಟ್ಟು
ರೋಗಿಯಂತೆ ಸದಾ ಮಲಗಿರುವ
ಮಂಚದ ಕಾಲುಗಳನ್ನು ಮೃದುವಾಗಿ
ಸವರಿ ನೋಡಿ ಒಮ್ಮೆ
ಹೂವಿಗಿಂತಲೂ
ಹಗುರಾಗುವುದು ಅದರ ಒಣ ದೇಹ

ಪ್ಯೂಪಾ

ನನ್ನ ಮಟ್ಟಿಗೆ
ಮಂಚವೆಂದರೆ
ಮಲಗಿದ್ದಲ್ಲಿಯೇ ತಾರೆಗಳ ಅಣಕಿಸುವ
ಇನ್ನೊಂದು ಆಕಾಶ
ಮಲಗಿದವನಂತೆ ಕಂಡು
ಎಚ್ಚರವಿರುವ ಉಪನ್ಯಾಸಕನ ಅಪರವತಾರ

ಕಾಲು ಕೆಜಿ ವಿಷಾದ

ಮರೆಯುವ ದಾರಿಯಿದು
ಯಾರೂ ನೆನಪಿಡುವುದಿಲ್ಲ
ಎದ್ದಿದ್ದು ಎಡವಿದ್ದು ನಾಚಿಕೊಂಡಿದ್ದು
ಎಲ್ಲಾ ಇಲ್ಲಿ
ದಾಖಲಾಗುತ್ತಿಲ್ಲ
ಅದಕ್ಕಾಗಿಯೇ ಏನೋ ಜನರೆಲ್ಲಾ
ತೂಕಡಿಸುತ್ತಾ ನಿಂತಿದ್ದಾರೆ

ರಾತ್ರಿ ಹೊತ್ತು
ದೀಪವ ಯಾರೂ ದಿಟ್ಟಿಸುತ್ತಿಲ್ಲ
ಜಗುಲಿ ಮೇಲೆ ಕೂತ
ಮೃದು ಏಕಾಂತಕ್ಕೆ ಹೆಸರಿಡಿದು
ಒಳಗೆ ಕರೆಯುತ್ತಿಲ್ಲ
ಮುಳ್ಳಿನ ಹೂವೆಂದು ಎಲ್ಲರೂ
ಗುಲಾಬಿಯನ್ನೆ ಜರಿಯುತ್ತಿದ್ದಾರೆ

ಮೋಹಕ್ಕೆ ಅಂಟಿಕೊಂಡ
ಪದಗಳೇ
ಬಿಕರಿಯಾಗುತ್ತಿವೆ ಪೇಟೆಯಲ್ಲಿ
ಮೆದುಳು ಅಡವಿಟ್ಟು ತಂದ
ನಿದಿರೆಯ ಗೆರೆಗಳೆ
ಕಾಣುತ್ತಿವೆ ಎಲ್ಲರ ಮೋರೆಯಲ್ಲಿ

ಕುಂಟ ಬೆಕ್ಕು
ಮೊರೆಯಿಟ್ಟು ಕೂಗುತ್ತಿದೆ
ಬಿಡುಗಡೆಗೆ
ನಿನ್ನೆಯಷ್ಟೇ ಹೂತ ಶವ
ಆಚೆ ಬಂದಿದೆ ಮಳೆಗೆ

ಯಾಕಿಲ್ಲಿ ಯಾರಿಗೂ
ಉಸಿರಿಲ್ಲ
ಬರೀ ಉದ್ದುದ್ದ ಹೆಸರುಗಳಿವೆ

ಪಾವು ಕಿಲೋ ಗುಬ್ಬಿ

ನನ್ನ ಎಬ್ಬಿಸಲು ಬಂದ
ಗುಬ್ಬಚ್ಚಿಗಳೆಲ್ಲವೂ ಸುಮ್ಮನೆ
ಕುಳಿತಿವೆಯಲ್ಲ
ಚೊಂಚನು ಕೊಂಚವು
ಅಲುಗಿಸದೇ
ಚಟಪಟದ ದನಿಯನ್ನು ಸಹ ಮಾಡದೇ

ಯಾಕೆ ಮೂಕವಾದವು
ಗುಬ್ಬಿಗಳೆಲ್ಲಾ
ಗತ್ತಿನಿಂದ ಹಾರಾಡುವ
ಹಕ್ಕಿಗಳ ಪರವಾನಗಿ ಈಗಿನಿಂದಲೇ
ರದ್ದುಪಡಿಸುವುದಾಗಿ ಬಾನುಲಿ ಬಂದಿತೇ..?
ತಿಳಿಯಾದ ಬಿರುಗಾಳಿಗೆ
ನಿಮ್ಮ ಸೊಕ್ಕಿನ ಗರಿಗಳಲ್ಲಿ
ರಂಧ್ರಗಳಾದವೇ

ಕಿಟಕಿ ಗಾಜಿಗೆ ಕುಕ್ಕಿ
ಚಿಲ್ಲನೆ ಓಡಿಹೋದೆಯಲ್ಲ
ಸಪೂರ ಕಡ್ಡಿ ಕಾಲಿನ
ಗುಬ್ಬಿಯೇ
ನನ್ನ ತಮ್ಮನ ಸ್ಲೇಟಿನಲ್ಲಿ
ನಿನ್ನೆರಡು ಪರಿಶುದ್ಧ ಕಾಲುಗಳು
ಅಚ್ಚಾಗಿವೆ
ಅವ ಒರೆಸುವಷ್ಟರಲ್ಲಿ ಬಾ ಬೇಗ
ಒಮ್ಮೆ ನೋಡಿಕೊಂಡು ಹೋಗು

ಆ ದಿನ
ಲೈಟು ಕಂಬದ ಬಾರೀಕು ತಂತಿಯ
ಮೇಲೆ
ತೂಕಡಿಸುವ ಯಾತ್ರಿಕರಂತೆ
ಶಾಲೆಯ ಮೂಲೆಯಲ್ಲಿಯೇ
ಚಳಿಗೆ ಥರಥರ ನಡುಗುತ್ತಿದ್ದರೂ
ನನ್ನ ಅಮ್ಮನ ಮಡಿಲಿಗೇಕೆ
ಹೋಗಲಿಲ್ಲ ನೀನು

ನಾನು ನಿನ್ನ ಹಿಡಿದು
ಕೂಡಿ ಹಾಕಲು
ಬಂಗಾರದ ಪಂಜರವಿಟ್ಟಿಲ್ಲ
ನೀನು ಶಾಪ ಕಳೆಯುವಂತೆ
ಉದುರಿಸುವ ಹಗುರ ಪುಕ್ಕಗಳನ್ನು
ಕೊಡು ಸಾಕು, ಬದುಕಿ ಬಿಡುವೆ

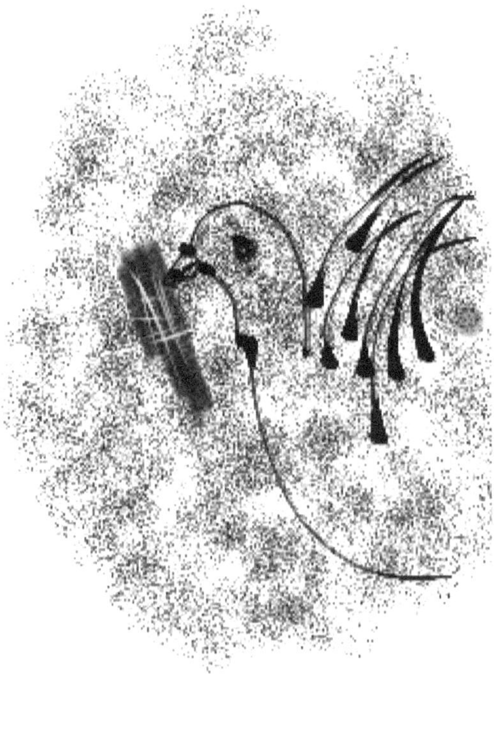

ಇಬ್ಬನಿ ಗೇಟ್

ಜಗತ್ತು ಎಷ್ಟೇ
ಕ್ರೂರಿಯಾದರೂ ಬದುಕಿ
ಬಿಡಬಹುದೆಂಬ
ನೆಪ ಏನಾದರೂ ಇದ್ದರೆ
ಹಟಕ್ಕೆ ಬಿದ್ದು
ತಪಸ್ಸಿಗೆ ನಿಂತಿರುವ ಇಬ್ಬನಿ ನೋಡಿ

ನೂರು ಗಾಯ
ವಾಸಿ ಮಾಡಿದ ಬಿಸಿಲಿಗೆ
ಇಬ್ಬನಿಯ ಪಿಸುಮಾತು
ಕೇಳಲು ಕಿವಿಯಿಲ್ಲ..?
ತುಂಡುಡುಗೆಯ ಅಣಬೆಯೆಂದರೇ
ಎಷ್ಟೆಲ್ಲ ಮಮಕಾರ..!!

ಸೂರ್ಯನೆಂಬುವವನು
ನೆರಳನ್ನು ಮೂಡಿಸಲೆಂದೆ
ಬೆಳಿಗ್ಗೆಯೇ
ಬರುತ್ತಾನೆಯೇ
ಅದೇ ನೆರಳನ್ನು ರಾತ್ರಿಗೆ ಬಿಟ್ಟು
ಕತ್ತಲೆಯೆನ್ನುತ್ತಾನೆಯೇ..!

ಸಕಲ ಹೂವಿಗಿರುವ ಜನ್ಮ
ಒಬ್ಬಂಟಿ
ಇಬ್ಬನಿಗೇಕಿಲ್ಲ
ಹೂವಿಗಿರುವ ಜಾಣತನ
ತಾಜಾತನಗಳು
ಅದರ ಮೇಲೆ ಕೂತ ಇಬ್ಬನಿಗೇಕಿಲ್ಲ..!

ಹಕ್ಕಿಯ ಭಾರ

ಸಣ್ಣ ಸದ್ದಿಗೆ
ಬೆಚ್ಚುವ ಹಸಿರು ಬಣ್ಣದ
ಹಕ್ಕಿ
ನನ್ನ ಎದೆ ಮೇಲೆ
ಸುಖವಾಗಿ ನಿದ್ದೆ ಹೋಗಿದೆ

ನಾನು ಸಹ
ಸಂಭಾಳಿಸುತ್ತಿದ್ದೇನೆ
ಅತ್ತ ಇತ್ತ ಹೊರಳದೆ
ಕಂಗಳಲಿ
ಸ್ವಪ್ನ ಬಿದ್ದರೂ ಕಡೆಗಾಣಿಸಿ
ಸುಮ್ಮನಾಗುತ್ತಿದ್ದೇನೆ

ಹಕ್ಕಿಯ ಚೂಪು
ಕಾಲಲಿ
ಮೋಡ ತಾಗಿ ಉಳಿದ
ತಾಜಾ ಮಳೆಹನಿ
ಬೆಚ್ಚಗಿನ ಉಗುರುಗಳಾಗಿವೆ
ಪುಕ್ಕ ಆಕಸ್ಮಾತ್ ಉದುರಿದರೆ
ಇಡೀ ಲೋಕಕೇ ಬೀಸಣಿಗೆ

ತೂಗಿದರೆ
ಹಕ್ಕಿ ಪಾವು ಕಿಲೋ ಕಮ್ಮಿ
ಎನ್ನುವ ಜನ
ಎದೆ ಮೇಲೆ ಕೂರಿಸಿಕೊಂಡು
ನೋಡಿ
ಹಕ್ಕಿ ಅದೆಷ್ಟು ಹಗುರ..!

ಆಯಸ್ಸಿಗಿಂತಲೂ ಭಾರ
ಒಳಗೆ ಅನೂಹ್ಯ ಕವಿತೆಯ ಸಂಚಾರ

www.ingramcontent.com/pod-product-compliance
Lightning Source LLC
LaVergne TN
LVHW090424051026
849518LV00006B/2432
9789334045574